Kwa Nini Ukombozi Unashindwa - na Jinsi Moto wa Mungu Unavyorejesha Nafsi:

Matangazo 40 ya Kila Siku ya Utoaji wa pande zote

Na

Balozi Monday O. Ogbe ; Faraja Ladi Ogbe ; Zacharias Godseagle

Yaliyomo

Ukurasa wa Hakimiliki

Kichwa:
Kwa Nini Ukombozi Unashindwa - na Jinsi Moto wa Mungu Unavyoirejesha Nafsi: Matamko 40 ya Kila Siku ya Ukombozi wa Mzunguko Wote.

Waandishi:
Zacharias Godseagle
Balozi Monday O. Ogbe
Faraja Ladi Ogbe

Mchapishaji:
Zacharias Godseagle Publications
kwa ushirikiano na God's Eagle Ministries (GEM)
Otakada.org | WealthBeyondWorrySeries.com

Muundo wa Jalada: Kitengo cha Ubunifu cha God's Eagle Ministries
Muundo na Muundo wa Ndani: Timu ya Uhariri na Uzalishaji ya GEM

Imechapishwa na:
God's Eagle Ministries (GEM)
Nambari 8, Makazi ya Sahaba, Lugbe, Abuja, Nigeria
Barua pepe: info@otakada.org | ambassador@otakada.org

Wavuti: www.otakada.org[1]
Imechapishwa na kusambazwa kote ulimwenguni kupitia
Zacharias Godseagle na God's Eagle Ministries Publications

1. http://www.otakada.org/

Kuhusu kitabu - Why Deliverance Fails — na Jinsi Moto wa Mungu Unavyorejesha Nafsi: Matamko 40 ya Kila Siku ya Ukombozi wa pande zote.

Ukombozi haukukusudiwa kamwe kuwa mlango unaozunguka - bure leo, umefungwa kesho.

Ilikusudiwa kuwa urithi wa kudumu wa mwamini: "Basi Mwana akiwaweka huru, mtakuwa huru kweli kweli." — Yohana 8:36

Kitabu hiki kiliandikwa kwa ajili ya kila Mkristo ambaye amepigana vita visivyoonekana, alishinda kwa muda, kisha akashangaa kwa nini mapambano yalirudi.

Ni kwa ajili ya muumini aliyefunga ambaye anaomba kwa siku nyingi lakini anahisi kuteswa na adhabu hiyo hiyo.

Ni kwa mtumishi anayeweka mikono juu ya wengine lakini kwa siri anahitaji mkono wa Mungu uwekwe juu yao.

Na ni kwa wale ambao wamechoshwa na majibu duni, wenye njaa ya mabadiliko ambayo hudumu.

Moyo wa Kitabu Hiki

Kwa Nini Ukombozi Unashindwa - na Jinsi Moto wa Mungu Unavyoirejesha Nafsi sio mwongozo mwingine wa mbinu; ni safari ya mabadiliko.

Kupitia matamko arobaini ya kila siku, utajenga upya kuta za ndani za maisha yako hadi kusiwe na nafasi ya giza kurudi.

Kila tamko linaalika mambo matatu:

1. Toba — kufunga milango dhambi ilipofunguka.

2. Upya — kujaza nyumba ya moyo wako na Neno.

3. Utawala - kutembea kila siku katika mamlaka ambayo Kristo tayari amekupa.

Huu sio usomaji wa vitendo; ni zoezi la kiroho linalogeuza theolojia kuwa ushuhuda.

Kila sala imeghushiwa kutoka katika Maandiko. Kila hadithi inaashiria ushindi.

Na tamko la kila siku hujenga upya ukuta wa moto karibu na hatima yako.

Hadithi Tatu za Kweli Zilizochochea Kazi Hii

1. Mwanamuziki Aliyepoteza Wimbo Wake

Aliwahi kuongoza ibada iliyofanya watu kulia. Kisha ndoto za ajabu zilianza-mikono ikisonga sauti yake, vivuli vikidhihaki sifa yake.

Alikimbia kutoka mkutano hadi mkutano, akitafuta ukombozi, lakini kimya kiliongezeka.

Usiku mmoja, akisoma Luka 4 ambapo Yesu alisema "Imeandikwa", alitambua ukweli: alikuwa amejifunza kuimba kuhusu Mungu lakini si kujilisha Neno Lake.

Alianza kusema Maandiko kwa sauti kila siku—Zaburi ya Zaburi. Ndani ya wiki, ndoto ziliisha na wimbo ukarudi.

Ukombozi ulikuja, si kwa kelele, bali kwa lishe.

2. Mwanamke Aliyefunga Mlango Mbaya Lakini Akaacha Mwingine Wazi

Alikuwa ameharibu sanamu alizopewa na nyanya yake, hata hivyo ndoto mbaya za kutisha ziliendelea.

Wakati wa ushauri nasaha, Roho Mtakatifu alifichua mlango uliofichwa—uraibu wake wa riwaya na filamu za njozi za giza.

Alifunga, akachoma nyenzo hizo, na badala yake akaweka muziki wa ibada na Maandiko.

Usiku huo alilala kwa amani kwa mara ya kwanza baada ya miaka mingi.

Ukombozi haushindwi kwa sababu Mungu ni dhaifu; inashindikana wakati mwamini anaacha dirisha wazi.

3. Mchungaji Kijana Aliyejaribu Kuomba Bila Moto

Alihubiri ukombozi lakini alipambana na mfadhaiko faraghani.

Asubuhi moja alisoma Warumi 12:1–2: "Mgeuzwe kwa kufanywa upya nia zenu."

Aliacha kutafuta mamlaka na kuanza kutafuta kufanywa upya—kufunga si kwa ajili ya mapepo kukimbia bali Neno likae kwa wingi.

Katika muda wa miezi kadhaa sauti yake ilibadilika, imani yake ikaimarika, na wale waliowahi kuja kuomba msaada sasa walipata uponyaji chini ya kivuli chake.

Wakati madhabahu inawaka tena, uhuru hufuata.

Kwa Nini Kitabu Hiki Ni Muhimu

Kwa sababu waamini wengi leo wanajua jinsi ya kuomba, lakini wachache wanajua jinsi ya kubaki huru.

Tunafuata matukio lakini tunapuuza kukutana.

Tunapambana na giza lakini tunasahau kulisha nuru.

Na katika pengo hilo kati ya ushindi na matengenezo, adui hujenga upya viota vyake.

Kitabu hiki kinajaza pengo hilo.

Haitupi nje tu; inakufundisha kumiliki.

Haifichui tu kile kilichoenda vibaya; inaonyesha jinsi ya kukaa sawa.

Utajifunza kulinda akili yako kama ngome, kulisha roho yako kama taa, na kuishi kila siku kama mwali wa moto usioweza kuzimwa.

Neno la Mwisho

Kila sura, kila mstari, kila tamko ni jiwe la madhabahu mikononi mwako.

Ukijenga mara kwa mara, utaona kile Eliya alichoona - moto wa Bwana ukiteketeza dhabihu na kunyamazisha adui.

Uhuru hauko mbali; ni tamko moja mbali.

Acha kitabu hiki kiwe fimbo ya kiberiti mkononi mwako.

Fungua kurasa zake kwa imani, omba maneno yake kwa unyofu, na uangalie Moto wa Mungu ukirejesha roho yako.

MAELEZO YA KARATASI LA NYUMA

Kwa nini baadhi ya waumini hupata ushindi wa muda—na kisha kurudi katika vita vile vile visivyoonekana?

Wanaomba, kufunga, kulia, na bado giza linaonekana kurudi.

Wanaachana kwa muda, na kupata minyororo ile ile ikingojea kwa fomu nyingine.

Jibu sio kwamba nguvu za Mungu zimepungua-ni kwamba wengi wamejifunza kutupa, lakini sio kujenga.

Ukombozi unashindwa pale unapoishia madhabahuni na kamwe haufikii moyo.

Uhuru si kutokuwepo kwa mapepo; ni uwepo wa Moto, Neno, na Roho ndani.

Katika ibada hii ya msingi, Kwa Nini Ukombozi Unashindwa - na Jinsi Moto wa Mungu Unavyoirejesha Nafsi, utagundua kwamba:

Imani bila ushirika huvuja nguvu.

Utii una nguvu kuliko mafuta.

Ukaribu hudumisha kile ambacho mamlaka huanza.

Upyaji wa akili ndio uwanja wa vita halisi.

"Imeandikwa" ileile ambayo Yesu alitumia bado inanyamazisha majaribu leo.

KUPITIA MATANGAZO 40 ya Kila Siku ya Utoaji wa pande zote, utafanya:

Funga milango ya zamani na ufungue vipimo vipya vya neema.

Badilisha hofu kwa moto na kuchanganyikiwa kwa uwazi.

Jenga upya kuta za ndani za imani, nidhamu, na kujitolea.

Tembea katika uhuru wa kudumu na urafiki upya na Mungu.

DIBAJI

"Mungu wetu ni moto ulao." - Waebrania 12:29 (KJV)

Kitabu hiki hakikuzaliwa kutokana na nadharia, bali kutokana na vita.

Iliandikwa katika mahandaki ya maombi, kwa kukosa usingizi usiku, na katika nyakati ambapo moto wa Mungu uliwaka zaidi kuliko maneno yanavyoweza kueleza.

Kila tamko, kila mstari, kila ukurasa hubeba sauti ya ukombozi - si kelele za dini, lakini mwangwi wa ukombozi.

Ukombozi si jambo geni kwa muumini; ni urithi wa kila siku wa kila mtu anayetembea na Mungu.

Msalaba haukuwa tu mahali pa msamaha; pia ilikuwa mahali pa uhuru.

Yesu hakufa tu ili kutuokoa kutoka kwa dhambi, bali kurejesha utawala, heshima, na ushirika wa kila siku na Baba.

Hata hivyo, wengi wanaompenda Mungu bado wanajikuta wamenaswa katika magereza yasiyoonekana—mizunguko ya woga, kuchanganyikiwa, tamaa, kudumaa, na uchovu wa kiroho.

Wanaomba, kufunga, na kulia, lakini minyororo inabaki.

Hii ndiyo sababu Tamko hizi 40 za Kila Siku zipo : **kukusaidia kwenda zaidi ya uwasilishaji unaotegemea tukio hadi katika mabadiliko endelevu.**

Sio sauti kubwa ya maombi ambayo huvunja nira, lakini upatanisho wa moyo na ukweli chini ya moto wa Roho Mtakatifu.

Moto huu husafisha, sio kuharibu.

Inafunua, sio kulaani.

Inachoma mabaki ya utumwa wa mababu, uchovu wa kiroho, na mifumo ya baharini inayotaka kuchafua roho ya mwanadamu.

Ni moto uleule ulioteketeza dhabihu kwenye madhabahu ya Eliya, ukaitakasa midomo ya Isaya, na kuwatia nguvu wanafunzi asubuhi ya Pentekoste.

Hapa, hutapata matambiko magumu - ni Neno lililo hai la Mungu tu, linalokiri, kuamini, na kuishi kila siku.

Hutapata maombi yanayoongozwa na woga, bali matamko yaliyochochewa na imani ambayo yanafanya upya akili, kuponya nafsi, na kumweka mwamini juu ya Mwamba wa Kristo Yesu.

Unapopitia sehemu hizi arobaini za maombi kila siku, Neno litakuwa kioo, Roho kuwa moto wako, na Damu kifuniko chako .

Sauti yako itapata mamlaka tena.

Ndoto zako zitatakaswa.

Akili yako itafanywa upya.

Na roho yako itapaa hadi mahali ambapo Kristo tayari ameketi wewe - juu sana kuliko enzi yote na nguvu.

Hamtapigana tena kutoka chini; utapigana kutokana na ushindi.

Kwa maana yeye aliyewaita ni mwaminifu, na moto wake bado unaanguka juu ya madhabahu za hiari.

Karibu katika msimu wako wa ukombozi kamili na urejesho wa kiungu.

Karibu kwenye moto unaokufanya uwe mzima.

WAKFU

Kwa kila mwamini ambaye amepigana vita visivyoonekana na machozi kwenye mto wao bado alikataa kukata tamaa.

Kwa kila nafsi ambayo imefunga, kuomba, na kujiuliza, "Kwa nini mapambano yanarudi?"

Kwa wapiganaji ambao wamesimama kwenye madhabahu ya ukombozi lakini bado wanatamani amani ya kudumu - kitabu hiki ni kwa ajili yako.

Kwa waombezi wanaobeba mizigo ya mataifa na jamaa kwa kusali kwa siri.

kwa wale ambao wamekosa usingizi mieleka kwa ajili ya uhuru wa wengine,

kwa kila mchungaji, mmishenari, na mhudumu ambaye ameona moto ukiwa umefifia katika macho yaliyochoka - moto huu pia ni wako.

Kwa waliovunjika ambao bado wanaamini,

kwa wenye nguvu ambao bado wanalia,

na kwa walioitwa ambao bado wanangoja -

maneno haya yakukumbushe kuwa Mungu aliyekuita vitani hatakuacha bila ushindi.

Kitabu hiki kimetolewa kwa ajili ya Kanisa la Mabaki -

wale ambao hawatamsujudia Baali wala kuasi madhabahu;

wale ambao wataishi kama miali ya moto katika ulimwengu unaoendelea kuwa baridi.

Wewe ni mwali mkononi mwake,

cheche itakayowasha nyumba, miji, na mataifa kwa utukufu wake.

Moto unaowaka katika kurasa hizi ukupate, ujaze, na kutiririka ndani yako - hadi ulimwengu ujue kwamba Mungu wetu bado anajibu kwa moto.

SHUKRANI

Kwa Roho Mtakatifu, Mwenzi na Mwalimu mkuu—

Wewe ndiye Moto nyuma ya kila neno, sauti nyuma ya kila minong'ono, na uweza nyuma ya kila ushindi.

Bila Wewe, kurasa hizi zingekuwa wino tupu; pamoja na Wewe, wanaungua na maisha.

Asante kwa kila ufunuo, kila usiku wa maombi, kila mzigo uligeuka kuwa mafanikio.

Utukufu wote unarudi Kwako.

Kwa Bwana Yesu Kristo, Neno Hai na Kiongozi wa wokovu wetu -

Utiifu wako uliharibu kazi za giza, Damu Yako ilitia muhuri uhuru wetu, na ufufuo wako ulihakikisha utawala wetu.

Kazi hii na iwalete wengi kuishi sio tu katika ukombozi bali katika ushirika wa kila siku na Wewe.

Kwa Baba wa Nuru, ambaye amekuwa Ngao yangu, Chanzo changu, na Mlinzi wangu -

Kila utambuzi, kila muujiza, kila ushuhuda katika kurasa hizi hutiririka kutoka kwa rehema Yako.

Asante kwa pendeleo la kutumika kama chombo cha ukweli wako katika kizazi hiki.

Kwa wale ambao wamesimama katika pengo - waombezi, wachungaji, na marafiki -

ambaye aliomba, akafunga, na kubeba mzigo wa roho pamoja nami;

Uaminifu wako ni sehemu ya moto ulioanzisha kitabu hiki.

Kazi yako ya siri na iangaze wazi mbele za Bwana.

Kwa wanaume na wanawake ambao hadithi zao ziliongoza kurasa hizi

wale walioshindana usiku kucha na wakapata ushindi alfajiri.

shuhuda zako zinathibitisha kwamba ukombozi si hadithi bali ni muujiza ambao bado hutokea wakati Neno linapokutana na imani.

Kwa jumuiya ya kimataifa ya waumini wanaosoma hili -

wewe ndio sababu kitabu hiki kiliandikwa.

Kila tamko, kila Maandiko, na kila sala iliundwa kwa nia yako.

Moyo wako uwake tena kwa njaa kwa ajili ya Mungu,

na nyumba yako na iwe madhabahu iliyo hai ambamo moto Wake hauzimiki kamwe.

Hatimaye, kwa watumishi wengi wa Mungu duniani kote

wanaofanya kazi kwa utulivu katika ukombozi na ufuasi -

hiki ndicho kikumbusho chenu: Vita ni vya Bwana.

Moto wako hauzimi; inasafishwa.

Endelea kusisitiza, endelea kuomba, na endelea kuelekeza roho kwa Yesu -

kwa maana Moto uleule uliokuita bado unawaka ndani yako.

"Kwa maana ndiye Mungu atendaye kazi ndani yenu, kutaka kwenu na kutenda kwenu, kwa kulitimiza kusudi lake jema." — Wafilipi 2:13

UTANGULIZI

"*Mungu ajibuye kwa moto, na awe Mungu." - 1 Wafalme 18:24 (KJV)*

Kurasa zinazofuata sio mila au kanuni; ni mikutano arobaini ya kila siku na Mungu aliye hai.

Kila tamko limetolewa kutoka katika Maandiko na kutengenezwa ili kumwongoza mwamini katika toba ya kina, kufanywa upya, na mamlaka katika Kristo.

Moto, katika Biblia yote, kamwe si ishara ya uharibifu pekee.

Ni ishara ya uwepo wa Mungu, utakatifu, usafi, na nguvu.

Musa alipokutana na Mungu, kijiti kiliwaka lakini hakikuteketea.

Roho aliposhuka siku ya Pentekoste, ilikuja kama ndimi za moto.

Manabii walipoita mbinguni, moto ulijibu, na kuthibitisha kwamba Mungu wa kweli angali anatawala.

Kuomba kwa lugha ya moto si kuita miale ya moto duniani bali kukaribisha utakaso, usafishaji na uwepo wa ulinzi wa Roho Mtakatifu—

Moto unaosafisha dhambi, unayeyusha kiburi, unateketeza hofu, na unatengeneza ujasiri.

Kila muumini anahitaji moto huu:

moto unaoteketeza giza ndani,

ambayo huponya roho iliyojeruhiwa,

ambayo hurejesha ushirika mahali palipoishi maelewano.

Matamko haya arobaini ya kila siku yatakusaidia kuweka moto huo kuwaka.

Wasome si kama mashairi bali kama maagano;

yanene kwa sauti, yaamini, na acha Roho Mtakatifu apumue kwa kila neno hadi moyo wako utakapokuwa madhabahu na maisha yako kuwa mwali.

KUSUDI LA MWONGOZO HUU

Kila kizazi hukabiliana na madhabahu zake za giza, lakini jibu halijabadilika kamwe—Mungu bado anajibu kwa moto.

Kitabu hiki kipo ili kuwasaidia waumini kuishi katika ukweli huo:

si msisimko wa kitambo, bali mabadiliko ya kudumu.

Inatumikia madhumuni matano wazi:

1. Kuwasha Upya Madhabahu ya Moyo

Matamko haya yanakufundisha kugeuza maombi ya kila siku kuwa ushirika, na sio utendaji.

Moto huja ambapo dhabihu na kujisalimisha hukutana.

2. Kubadilisha Hofu na Imani

Kadiri unavyolitazama Neno, ndivyo milima yako inavyoonekana kuwa midogo.

Nuru ya Mungu hufukuza machafuko; Ukweli wake unarudisha ujasiri.

3. Kubadili Ukombozi Kuwa Uanafunzi

Uhuru wa kweli si wakati mmoja wa ajabu—ni kutembea na Neno kila siku hadi akili, mazoea, na matamanio yote yapatane na mbinguni.

4. Kuwaandaa Waombezi na Mawaziri

Kila tamko linaweza kutumika kwa faragha au kwa ushirika, kama kielelezo cha ibada ambacho kinaelekeza mioyo nyuma kwa Kristo badala ya mbinu za kibinadamu.

5. Kuanzisha Marejesho ya pande zote

Lengo si tu kuvunja minyororo lakini kujenga nguvu: roho kufanywa upya, roho kuponywa, na mwili kupatana na kusudi.

JINSI YA KUTUMIA MWONGOZO HUU

1. Tenga Muda Wako

Chagua saa thabiti asubuhi na jioni.

Tuliza kelele karibu nawe; leta Biblia yako na matarajio yako.

2. SOMA MAANDIKO KWA Sauti

Kila "Imeandikwa" ni upanga uliochongwa mbinguni.

Hebu masikio yako yasikie sauti yako itangaze ukweli wa Mungu hadi imani itakapopanda.

3. Ungama na Utubu kwa Uaminifu

Ukombozi huanza na uaminifu.

Nuru inapofichua kile kinachojificha, Damu ya Yesu husafisha kila doa.

4. Omba Azimio la Moto Polepole

Usikimbilie. Zungumza kila mstari kana kwamba unaweka kuni juu ya madhabahu.

Acha Roho awashe maneno ndani yako.

5. Tangaza Ushindi kwa Ujasiri

Nena kama mtu ambaye tayari ameshinda, kwa maana Kristo ameshinda.

Tangazo lako linatekeleza ushindi wake.

6. Tiba Kila Kikao kwa Imani

Malizia kwa shukrani, ukisema kwa sauti: "Kwa Damu, Neno, na Roho, imefanywa."

Taswira maisha yako yakiwa yamezungukwa na moto mtakatifu wa uwepo wake.

7. Kariri Aya Kila Siku

Neno unalokumbuka ndiyo silaha utakayokuwa nayo siku zote.

Mstari mmoja ulioishi kwa utii una nguvu zaidi kuliko elfu moja inayosemwa bila imani.

8. Kwa Viongozi na Mawaziri

Unaweza kutumia andiko la kila siku kama ibada ya kikundi, kujifunza Biblia, au kukazia sala.

Daima weka mkazo juu ya Maandiko, toba, na shukrani—kamwe usiweke matendo ya kitamaduni.

Nguvu iko katika Neno, Damu, na Roho, sio katika utendaji.

AHADI

Moto wa Mungu hauwaki ovyo; husafisha ili kufichua dhahabu.

Iwapo utatembea katika matangazo haya arobaini kwa moyo ulio wazi, Moto ule ule ulioanguka juu ya madhabahu ya Eliya, ulitakasa midomo ya Isaya, na kuwatia nguvu mitume utafanya kazi ndani yako—kuchoma hofu, kuamsha kusudi, na kurejesha ushirika pamoja na Kristo aliye hai.

"Mungu wetu ni moto ulao." — Waebrania 12:29

SHUKRANI ZA MWISHO & BENEDICTION

Somo la Maandiko: Zaburi 18: 28–32

"Maana wewe utawasha taa yangu; BWANA, Mungu wangu, ataniangazia giza langu; ndiye Mungu anifungaye mshipi wa nguvu, na kuifanya kamilifu njia yangu."

SALA YA KUSHUKURU

Baba wa Nuru, asante kwa siku arobaini za moto na kufanywa upya.

Asante kwa kila ukuta ulioanguka, kila mnyororo uliokatika, kila moyo uliorejesha.

Tunakupa utukufu kwa ajili ya utakaso wa damu, uponyaji wa miili, amani ya akili, na urejesho wa kusudi.

Mwali uliouwasha usizimike kamwe.

Hebu mto wa Roho utiririke bila kizuizi katika kila nyumba na kila taifa linalowakilishwa na maombi haya.

Utulinde tukiwa tumevaa silaha Zako , tukiwa na mizizi katika Neno Lako, na kujazwa na upendo wako hadi Siku ya Kristo.

Baraka

"Basi Mungu wa amani, aliyemleta tena kutoka kwa wafu Bwana wetu Yesu, na awafanye ninyi wakamilifu katika kila tendo jema, mpate kuyafanya mapenzi yake. — Waebrania 13: 20-21

Bwana akubariki na kukulinda.

Moto Wake na ukusafishe daima, Damu Yake ikufunike daima, na Roho Wake akutie nguvu daima.

Katika jina kuu la Yesu - Amina.

SURA YA 1 - KWA NINI UKOMBOZI UNASHINDWA - NA JINSI MOTO WA MUNGU UNAVYOREJESHA NAFSI - Matamko 40 ya Kila Siku ya Ukombozi wa Pande zote.

Siri ya Muujiza Usiokamilika

Yesu alikuwa tayari "amewaita wanafunzi wake kumi na wawili, akawapa uwezo na mamlaka juu ya pepo wote, na kuponya magonjwa." — Luka 9: 1-2 .

Walitoka nje na kurudi wakiwa na furaha, lakini mara baadaye baba mmoja akapaza sauti, "Niliwasihi wanafunzi wako wamtoe, lakini hawakuweza." (Mst 40).

Wanaume wale wale ambao mara moja walishinda sasa walisimama bila nguvu.

Yesu alipumua,

"Enyi kizazi kisicho na imani, kilichopotoka, nitakaa nanyi hata lini, na kuwavumilia? — Luka 9:41

Walikuwa bado na maneno, bali walikuwa wamepoteza Neno.

Imani ilikuwa imevuja; urafiki ulikuwa umepoa.

Mamlaka haiwezi kuishi mbali na uhusiano.

Imani chanzo chake ni kusikia, na kusikia huja kwa Neno la Mungu (Warumi 10:17).

Hakuna Neno → hakuna imani. Hakuna imani → hakuna nguvu. Hakuna nguvu → hakuna uponyaji.

Ukombozi huvumilia pale tu ushirika unapodumu, kwa maana Neno ni Kristo Mwenyewe.

Upya wa Akili

"Basi, ndugu zangu, nawasihi, kwa huruma zake Mungu, itoeni miili yenu iwe dhabihu iliyo hai, takatifu, ya kumpendeza Mungu, ndiyo ibada yenu yenye maana.

Wala msiifuatishe namna ya dunia hii; bali mgeuzwe kwa kufanywa upya nia zenu." — Waroma 12: 1-2

Mabadiliko huanza pale upatanifu unapoishia.

Nia iliyofanywa upya inakuwa madhabahu; maisha ya kujitoa dhabihu yake.

Ukombozi unashindwa pale watu wanapotoa giza lakini wanakataa kubadili fikra.

Bila mifumo mipya, magereza ya zamani hufunguliwa tena.

Yesu alionyesha hili katika Luka 4.

Alipojaribiwa na Shetani, Hakubishana, kushtuka, au kujadiliana.

Alijibu kila shambulio kwa maneno matatu ambayo yalitikisa kuzimu:

"Imeandikwa."

Adui alivutia hamu ya kula, kutaka makuu, na kiburi—lakini Yesu alitumia Maandiko kama upanga:

"Mtu hataishi kwa mkate tu... Imeandikwa, Msujudie Bwana, Mungu wako,... Imeandikwa, Usimjaribu Bwana, Mungu wako.

Ushindi ulikuja si kwa kupiga kelele bali kwa Maandiko yaliyoaminiwa ipasavyo.

Nia iliyofanywa upya na Neno inakuwa isiyoweza kushindikana; majaribu hupoteza mahali ambapo ukweli hujaza kila wazo.

Wakati Ua Umevunjwa

"Avunjaye boma, nyoka atamuuma." — Mhubiri 10: 8

Maisha yetu ya ndani ni nyumba yenye vyumba vingi.

Tunaweza kuweka wakfu sebule—ibada yetu ya hadharani—kwa Mungu na bado tukiacha chumba cha kulala cha mawazo ya faragha bila kulindwa.

Kupitia milango isiyojali nyoka huingia.

Milango iliyofunguliwa leo ni pamoja na:

Michezo na filamu zinazotukuza hofu au nguvu za uchawi.

Muziki na vitabu vinavyosherehekea dhambi.

Ponografia, masengenyo, uvivu, kukosa maombi, kutotii.

Chochote chumba kisicho na mwanga kinakuwa makao ya giza.

Hadithi ya 1: Muumini mmoja alisema, "Ndoto zangu za kutisha zilikoma hadi niliporudi kwenye filamu za kutisha." Uhuru haukuibiwa; ilikabidhiwa.

Tunacholisha hukua; tunachokufa njaa.

Anguko la Kwanza—Na Kila Anguko Baadaye

Kabla mwanadamu hajaanguka, Lusifa alianguka.

Alikuwa "kerubi aliyetiwa mafuta anayefunika . — Ezekieli 28:14 .

Kiburi kilinong'ona mara tano, "Nitapanda." — Isaya 14: 13-14 .

Ufunuo 12 huonyesha tokeo: "Akatupwa hata nchi, na malaika zake wakatupwa pamoja naye."

Anguko lake lilikuwa uhuru—ndoto ya madaraka bila utii.

Kila uasi hurudia.

Ukombozi unaoishia katika kujitegemea unaakisi dhambi yake.

Hadithi ya 2: Kiongozi wa ibada aliyeachiliwa kutoka kwa uraibu alijigamba, "Ninaweza kukabiliana nayo sasa." Miezi kadhaa baadaye alianguka tena. Hakupoteza neema bali utegemezi.

Uhuru hudumishwa kwa unyenyekevu tu.

Wakati Imani Inakuwa Mfumo

Wanafunzi walirudia njia ya jana lakini si ushirika wa jana.

Waumini wengi hufanya vivyo hivyo—kuzungumza maneno ambayo hawaishi tena.

Imani si uchawi; ni uaminifu unaotegemezwa kwa kusikia.

Mchungaji mmoja aliwahi kumuuliza mwanamke aliyehudhuria kila ibada ya ukombozi, "Je, wewe husoma Neno kila siku?" Akajibu, "Hapana, ninategemea maombi yako." Akasema, "Basi unategemea imani yangu, sio imani yako."

Imani iliyokopwa haiwezi kushikilia uhuru uliokopwa.

Ukombozi Bila Nidhamu

Yesu alionya kwamba moyo mtupu hualika wageni wanaorudi (Luka 11: 24-26).

Maombi hufukuza giza nje; nidhamu huweka mwanga ndani.

Uhuru hustawi pale ambapo utakatifu wa kawaida hujenga kuta za mazoea karibu na neema.

Moto Unaofanya Uhuru Udumu

Wakati madhabahu inapoa, nzi hukusanyika.

Paulo alihimiza, "Kichochee karama ya Mungu." — 2 Timotheo 1: 6 .

Lisha moto kila siku:

Imani - mafuta.

Ibada - oksijeni.

Utakatifu - kizuizi.

Moyo unaowaka kwa Neno na ibada unakuwa uwanja usiogusika.

Njia ya Ukombozi wa pande zote

1. Jenga Uhusiano upya. Kaa na Neno mpaka imani iwake.

2. Linda Malango. Funga milango inayoonekana, ya maneno na ya kidijitali ya kutenda dhambi.

3. Kariri na Tangaza. Zungumza mstari kila asubuhi-upanga wako kwa siku.

4. TEMBEA KWA UTIIFU. Kila tendo la utii hutengeneza ukuta.

5. Ishi kwa Shukrani. Shukrani huweka anga kujazwa na mwanga.

Wito wa Moto

Ujumbe huu haujaandikwa kuelezea kushindwa bali kuwasha ushindi.

Yesu alishinda majaribu kwa "Imeandikwa." Alimponya yule mvulana wengine wasingeweza kwa sababu aliishi amejaa Neno na huruma.

Moto huohuo unamngoja kila mwamini anayeweka Neno hai ndani yake.

Matamko Arobaini ya Kila Siku ya Ukombozi wa Pande zote yanayofuata ni mwongozo wako wa kufanya upya—matofali arobaini ya mwanga ili kujenga upya nyumba ya ndani hadi kila chumba kiteketee kwa uwepo wa Kristo.

Kariri mstari mmoja kila siku, useme asubuhi na usiku, na utekeleze ukweli wake.

Katika matamko arobaini ya kila siku ya imani na umakini, hutapinga tu giza—utaangaza nuru.

Maneno 40 ya Kila Siku, Kukiri na Toba, Maombi yenye Kukanusha, Matamko, Kuweka Muhuri na Kutoa Shukrani.

HATUA YA MOTO 1 - MOTO MTAKATIFU, TAFUTA NA UWEKE KILA MADHABAHU INAYOITWA JINA LANGU.

Imeandikwa:

Maana Mungu wetu ni moto ulao. — Waebrania 12:29

Basi jua leo ya kuwa Bwana, Mungu wako, ndiye avukaye mbele yako; kama moto uteketezao atawaangamiza, naye atawashusha mbele ya uso wako. —Kumbukumbu la Torati 9: 3

Kukiri & Toba

Baba, nakiri kwamba kwa ujinga, woga, na dhambi za baba zangu, madhabahu mbaya zimeinuliwa zinazotaja jina langu.

Ninakiri kila muungano na giza - kwa kujua au kutojua - na ninasihi Damu ya Yesu juu ya maisha yangu, nyumba yangu, na ukoo wangu.

Nisamehe, Ee Bwana, kwa kumwamini mwanadamu, kwa kuwatembelea waaguzi, kwa kuweka nadhiri za uzembe, au kugusa vitu vichafu.

Unioshe, unitakase, na unitenge na kila madhabahu isiyojengwa kwa mikono Yako.

MAOMBI (PAMOJA NA KUKATAA)

Ee Mungu wa Moto, inuka kwa ajili yangu leo!

Acha kila madhabahu, hekalu, au hekalu la baharini linaloita jina langu liangamizwe kutoka kwa mizizi yake.

Acha moto wa Roho Mtakatifu upite katika mito, milima, na nchi za mababu zao, ukiteketeza kila kumbukumbu mbaya, kila dhabihu, kila sanamu, na kila kuhani anayeniita.

Ninakataa kila agano, kiapo cha damu, na wakfu vilivyonifunga kwenye madhabahu hizo.

Na ngurumo ya Mungu ijibu kwa ajili yangu; umeme na kutawanya mikusanyiko yao; ishara zao na ziyeyuke kama nta mbele ya mwali wa moto.

Kila sanamu isemayo jina langu usiku, na moto wa Mungu uinyamazishe milele.

Tamko

Nimefichwa katika moto wa Mwenyezi.

Jina langu sasa limeandikwa katika moto wa mbinguni.

Hakuna madhabahu, hakuna kuhani, hakuna pepo anayeweza kuniita tena.

Bwana mwenyewe hunizingira kwa miali ya utukufu, nami niko huru.

Muhuri

Kwa Damu ya Yesu, kwa Neno la ushuhuda wangu, na kwa Moto wa Milele wa Roho, ninatia muhuri ukombozi huu.

Malaika wa moto, hunizunguka mimi na nyumba yangu pande zote.

Hebu kila jaribio la giza likutane na ukuta wa mwali wa Mungu. Amina.

SHUKRANI

Baba, nakushukuru, kwa maana kila madhabahu ya uovu imegeuka kuwa majivu na kila shtaka limeharibiwa.

Ufalme ni wako, na nguvu, na utukufu hata milele. Amina.

HOJA YA MOTO YA 2 - MOTO WA MUNGU, UTAKASE DAMU YANGU KUTOKANA NA UCHAFUZI NA MAAGANO.

Imeandikwa:

Kwa maana yeye ni kama moto wa msafishaji, naye ataketi kama msafishaji na mtakasaji wa fedha. — Malaki 3: 2-3

Nitakapoiona hiyo damu, nitapita juu yenu, na tauni haitakuwa juu yenu na kuwaangamiza. — Kutoka 12:13

Kukiri & Toba

Bwana Yesu, ninasimama kwa niaba yangu na ya mababu zangu.

Tumetumikia miungu mingine; tumemwaga damu isiyo na hatia; tumeweka nadhiri mbele ya masanamu.

Ninatubu, ee Mungu, na kusihi Damu ya Yesu juu ya ukoo wangu.

Safisha misingi yangu, takasa DNA yangu, na uondoe kila urithi wa pepo.

Maombi (pamoja na kukataa)

Moto wa Roho Mtakatifu, pitia damu yangu sasa!

Tafuta mizizi yangu, jeni zangu, na vizazi vyangu; choma kila nyoka, hirizi, na ishara ya agano.

Ninakanusha na kukemea kila kiapo cha mababu pamoja na sanamu, majini na roho za wafu.

Moto ulioanguka kwenye Mlima Karmeli na uanguke juu ya kila madhabahu ya ukoo wangu.

Kila roho inayodai umiliki wa familia yangu—tuachilie na uchome moto!

Acha Damu ya Yesu iandike upya kanuni za maumbile yangu kwa utakatifu na mwanga.

Tamko

Damu yangu imetakaswa; ukoo wangu umekombolewa.

Laana imevunjwa; baraka inatiririka.

Nimepandikizwa katika damu ya kifalme ya Kristo.

Muhuri

Kwa Damu isemayo mema kuliko ya Habili na kwa Moto unaotakasa , mimi na uzao wangu tumetiwa muhuri kwa Mola Mlezi. Amina.

Shukrani

Asante, Baba, kwa kuvunja nira za ukoo wangu na kunifanya chombo kinachofaa kwa utukufu wako.

MOTO POINT 3 - MOTO MTAKATIFU, UTUMWA KILA MWENZI WA ROHO NA MUUNGANO MABAYA.

Imeandikwa:

Kwa maana Muumba wako ni mume wako; BWANA wa majeshi ndilo jina lake. — Isaya 54: 5

Ni nani awezaye kusimama mbele ya ghadhabu yake? na ni nani awezaye kukaa katika ukali wa hasira yake? Hasira yake inamwagwa kama moto. —Nahumu 1: 6

Kukiri & Toba

Bwana Yesu, ninakiri kila dhambi ya ngono, ndoto, au tamaa iliyofichwa ambayo ilifungua mlango kwa wenzi wa ndoa.

Nisamehe na unioshe mwili, nafsi na roho yangu katika Damu yako ya thamani.

Ninakabidhi mapenzi yangu Kwako peke yako.

Maombi (pamoja na kukataa)

Kwa Moto wa Roho Mtakatifu, ninakataa kila mume wa kiroho, mke wa roho, na agano la baharini.

Acha moto wa Mungu ushuke juu ya kila kitanda cha unajisi, kila pete, nguo na madhabahu ya ndoa ndani ya bahari.

Hebu roho hizo zisikie hukumu ya Msalaba—Umeachwa, unatupwa nje, na unaangamizwa kwa moto!

Ee Bwana, peleka tufani yako majini; upanga wako na ukate kila kifungo kati yangu na ufalme wa giza.

Tamko

Nimeposwa na Kristo Yesu pekee.

Mwili wangu ni hekalu la Roho Mtakatifu.

Ndoto zangu zimetakaswa; usiku wangu ni wa amani.

Hakuna mwenzi mwovu atakayekaribia makao yangu tena.

Muhuri

Kwa Damu na Moto ninatia muhuri agano langu la ndoa na Mwanakondoo.

Acha panga za moto zilinde kila lango la maisha yangu. Amina.

Shukrani

Asante, Bwana, kwa kunipa muungano mtakatifu na Wewe na kurejesha usafi wangu milele.

HOJA YA MOTO 4 - MOTO WA MUNGU, UCHOME KILA AGANO OVU LINALOFANYWA UPYA KATIKA NDOTO ZANGU.

Imeandikwa:

Kwa maana Mungu hunena mara moja, naam, hata mara mbili... Katika ndoto, katika maono ya usiku, ili amwondoe mwanadamu katika makusudi yake. — Ayubu 33: 14-17

Juu ya waovu atawanyeshea mitego, moto na kiberiti. — Zaburi 11: 6

Kukiri & Toba

Baba, ninakiri kwamba nimekuwa sijui shughuli za mapepo katika usingizi wangu.

Nisamehe uzembe wangu; nisamehe milango niliyoiacha wazi kwa hofu, tamaa, au kutoamini.

Ninasihi Damu ya Yesu juu ya malango ya ndoto yangu.

Maombi (pamoja na kukataa)

Ewe Moto wa Bwana, ingia katika ulimwengu wa ndoto yangu!

Kila agano lililofanywa upya kupitia chakula, ngono, au mwandiko wa mkono katika ndoto sasa linafutwa kwa Moto.

Ninakanusha kila mkataba uliotiwa saini nikiwa nimelala.

Acha moto wa Mungu ushuke juu ya kila mkutano wa majini, kila soko la wachawi, kila mahakama ya mapepo inayoitwa kwa jina langu—uziteketeze kabisa!

Acha malaika wa moto walinde usingizi wangu kutoka usiku huu na kuendelea.

Tamko

Ndoto zangu ni za Roho Mtakatifu.

Hakuna mkono wa giza unaweza kuandika juu ya hatima yangu tena.

Usiku umetakaswa kwa Moto; asubuhi imejaa mwanga.

Muhuri

Ninaziba ndoto zangu kwa Damu ya Yesu na Moto wa Mungu.

Ni ujumbe kutoka mbinguni pekee ndio unaoruhusiwa kuanzia sasa. Amina.

Shukrani

Na ahimidiwe Bwana ampatiaye mpendwa wake usingizi; kwake sifa njema milele.

HOJA YA MOTO YA 5 - MOTO WA YEHOVA, FICHUA NA KUTIMIZA ROHO ZA KUFUATILIA.

Imeandikwa:

Hakuna kitu kilichofunikwa ambacho hakitafunuliwa; wala lililofichwa, ambalo halitajulikana. — Luka 12: 2

Moto hutangulia mbele zake, nao huwateketeza adui zake pande zote. — Zaburi 97: 3

Kukiri & Toba

Bwana, ninakiri kila udadisi uliofungua milango—unajimu, kubashiri, ushauri usio mtakatifu.

Nisamehe, na kwa Damu Yako funga kila njia ya ufuatiliaji ambayo adui ameitumia.

Maombi (pamoja na kukataa)

Yehova Moto, inuka na ufichue kila roho ya ufuatiliaji iliyopewa kuangalia mienendo yangu, familia yangu, na maombi yangu!

Macho ya giza na yapofuke; acha masikio ya mashetani yaziwi.

Kila kioo, kioo, mnyama, au teknolojia iliyotumiwa kunifuatilia—iliwaka moto sasa!

Ninakanusha kila muungano ulionipa ufikiaji wa maisha yangu, kwa uangalifu au bila kufahamu.

Ee Bwana, nivike katika nguzo yako ya Moto; kila nguvu inayotafuta itaaibishwa.

Tamko

Sionekani na giza, siwezi kuguswa na mapepo, nimefichwa ndani ya Kristo.

Mazingira yangu yanawaka na uwepo wa Mungu.

Muhuri

Kwa Damu, Neno, na Moto, naamuru upofu wa milele juu ya waangalizi waovu.

Mwali wa Roho Mtakatifu ni kifuniko changu. Amina.

Shukrani

Asante, Baba, kwa kugeuza kila jicho la waovu kuwa majivu na kunizunguka kwa nuru.

FIRE POINT 6 - MOTO WA UKOMBOZI, VUNJA MINYORORO YA KUCHELEWA NA KUSIMAMA

Imeandikwa:

Na itakuwa katika siku hiyo mzigo wake utaondolewa begani mwako, na nira yake shingoni mwako, na nira itaharibiwa kwa sababu ya kutiwa mafuta. — Isaya 10:27

Mungu wetu ni moto ulao. — Waebrania 12:29

Kukiri & Toba

Baba, ninakiri kwamba kutoamini, woga, na kutotii kumepunguza hatua zangu.

Familia yangu pia imetembea kwenye miduara, ikirudia mifumo ya kushindwa.

Utusamehe, Ee Bwana.

Unioshe katika Damu ya Yesu, na unitakase kutoka kwa kila uvivu wa kiroho na kuahirisha mambo ambayo yalishirikiana na kuchelewa.

Maombi (pamoja na kukataa)

Ewe Moto wa Ukombozi, vunja kila mnyororo usioonekana unaofunga maendeleo yangu!

Kila lango la chuma la kukawia liyeyushwe na Moto Mtakatifu.

Ninalikataa kila agano la kukawia, kila agizo la baharini la "bado," kila kiapo cha mababu cha kudumaa.

Acheni miali ya mbinguni ikule roho zinazonizuia.

Naamuru kuongeza kasi kwa magari ya moto; Ninasonga mbele katika hatima.

Kila faili la ukuzaji wangu likiwa kwenye meza za kishetani—shika moto sasa!

Tamko

Nimezaliwa kwa ajili ya harakati, si vilio.

Upepo wa Roho hunisukuma; Moto wa Mungu unanitia nguvu.

Ninapita mahali nilipocheleweshwa, na ninapata wakati uliopotea.

Muhuri

Kwa Damu ya Yesu, kwa Neno la Mungu, na kwa Moto wa Roho, ninatia muhuri ukombozi huu.

Njia yangu inang'aa zaidi na zaidi hadi siku kamilifu. Amina.

Shukrani

Baba, asante kwa kuvunja minyororo ya kuchelewa na kunipa mbawa za kasi ya kimungu.

HOJA YA MOTO 7 - MOTO WA ROHO, PINDUA MIUNGU YA KAYA NA ROHO WANAZOFAHAMIKA.

Imeandikwa:

Watatupa sanamu zao kwa fuko na popo. — Isaya 2:20

Nami nitayakatilia mbali majina ya sanamu katika nchi, wala hayatakumbukwa tena. — Zekaria 13: 2

Kukiri & Toba

Baba, ninazikiri dhambi za baba zangu—kuabudu sanamu, dhabihu za siri, hirizi na sanamu.

Ninatubu kwa ajili ya kila kitu cha ibada nilichorithi au kustahiki.

Kwa Damu ya Yesu, ninakataa sanamu za nyumba ya baba yangu na roho zilizojulikana ambazo husafiri mkondo wetu.

Maombi (pamoja na kukataa)

Ewe Roho wa Moto, ingia kwenye msingi wangu na upindue viti vya enzi vya miungu wa nyumbani!

Kila sanamu inayolilia huduma au dhabihu—pokea moto na uangamie!

Kila roho inayojulikana inayojifanya kama msaidizi, kila kinyago cha mababu—choma!

Ninakataa umiliki wako; Ninaharibu haki yako ya kisheria.

Acha moto mtakatifu ufagie madhabahu, makaburi, picha, hirizi.

Acha ukoo wa familia yangu uwe mstari wa manabii na makuhani kwa Mungu.

Tamko

BWANA peke yake ndiye Mungu juu ya damu yangu.

Moto wa uamsho unakaa juu ya kaya yangu.

Hakuna sanamu itakayotawala tena katikati yetu.

Muhuri

Kwa Damu inayokomboa na Moto unaotakasa, ninatia muhuri ukombozi huu.

Jina la Yesu likae juu ya malango yetu milele. Amina.

Shukrani

Asante, Baba, kwa kuangusha sanamu na kujitawaza kama Mfalme katika familia yangu.

FIRE POINT 8 - MOTO MTAKATIFU, ANGAMIZA SAUTI YA MASHITAKA NA KUHUKUMU.

Imeandikwa:

Ni nani atakayewashitaki wateule wa Mungu? Mungu ndiye mwenye kuhesabia haki. — Waroma 8:33

BWANA akamwambia Shetani, BWANA na akukemee, Ee Shetani. — Zekaria 3: 2

Kukiri & Toba

Baba mwenye haki, ninakiri makosa na mapungufu yangu.

Ambapo maneno na matendo yangu yalimpa adui sababu ya kushtaki, nisamehe.

Ninasihi Damu ya Yesu juu ya kila rekodi ya dhambi, na ninatubu kutoka kwa kila kosa ambalo halijaungamwa.

Maombi (pamoja na kukataa)

Moto wa Mungu, choma hati-kunjo za mashtaka!

Kila andiko la hukumu lililoandikwa dhidi yangu-yafutwe kwa Moto na kwa Damu.

Kila mahakama ya mapepo ilikusanyika kunihukumu—kutawanyika kwa ngurumo!

Ninakataa hatia, aibu, na kujihukumu.

Acha sauti ya Msalaba izime kila sauti ya shimo.

Tamko

Ninahesabiwa haki kwa imani, kuoshwa kwa Damu, kuvikwa haki.

Basi, sasa hakuna hukumu ya adhabu kwangu katika Kristo Yesu.

Washtaki wangu wananyamaza mbele ya Hakimu wa wote.

Muhuri

Kwa Damu, Neno, na Moto, ninapiga muhuri kuachiliwa kwangu mbinguni na duniani.

Toleo la neema limepiga; Niko huru milele. Amina.

Shukrani

Asante, Bwana, kwa kunyamazisha kila mshitaki na kuchukua nafasi ya hukumu kwa rehema.

HOJA YA MOTO 9 - MOTO WA MUNGU, UREJESHE U WEMA WANGU NA UTUKUFU ULIOIBIWA.

Imeandikwa:

Nami nitawarudishia hiyo miaka iliyoliwa na nzige. — Yoeli 2:25

Utukufu wa mwisho wa nyumba hii utakuwa mkuu kuliko utukufu wake wa kwanza, asema BWANA wa majeshi. —Hagai 2: 9

Kukiri & Toba

Baba, ninakubali kwamba uzembe na maelewano yaliruhusu adui kuniibia—uzuri wangu, furaha yangu, heshima yangu .

Nisamehe na unitakase kwa Damu.

Ninakanusha kila shughuli iliyobadilisha utukufu wangu kwa aibu.

Maombi (pamoja na kukataa)

Moto Mtakatifu, safiri kupitia maji na mahali pa siri ambapo fadhila yangu na nyota zilizikwa.

Waokoe kwa moto!

Kila ghala la baharini linaloshikilia baraka zangu—kuteketea hadi kuwa majivu!

Naita tena nuru yangu, zawadi zangu, neema yangu , taji yangu.

Ninamkataa mwizi na kila agano la hasara.

Hebu kuwe na urejesho mara saba kulingana na Neno la Bwana.

Tamko

Utukufu wangu umerejeshwa; heshima yangu inang'aa.

Umande wa mbinguni umekaa juu yangu tena.

Kila mahali nilipokataliwa, sasa ninasherehekewa.

Muhuri

Kwa Damu ya Yesu na Moto wa urejesho, ninaamuru utukufu wangu ulindwe milele. Amina.

Shukrani

Asante, Baba, kwa kukomboa wema wangu na kunitia taji mpya ya fadhili zenye upendo.

MOTO POINT 10 - MOTO WA BWANA, ULIZA WOGA NA VITISHO VYA USIKU.

Imeandikwa:

Hutaogopa hofu ya usiku; wala mshale urukao mchana. — Zaburi 91: 5

BWANA ni nuru yangu na wokovu wangu; nitamwogopa nani? BWANA ni ngome ya uzima wangu; nitamwogopa nani? — Zaburi 27: 1

Kukiri & Toba

Bwana, ninakiri kwamba hofu imetawala usiku wangu na wasiwasi umeiba mapumziko yangu.

Nisamehe kutokuamini kwangu.

Ninasihi Damu ya Yesu juu ya moyo wangu, chumba changu, na ndoto zangu.

Maombi (pamoja na kukataa)

Ee Moto wa Bwana, pita katika makao yangu!

Choma kila roho ya woga, kila jinamizi, kila uwepo wa pepo unaotesa.

Ninaukana utumwa wa hofu na roho ya mauti.

Moto wako na uimarishe amani kunizunguka kama ukuta wa mwanga.

Hebu kila kunong'ona kwa hofu kunyamazishwe na radi.

Tamko

Amani ya Mungu huhifadhi akili yangu; Bwana mwenyewe ni nuru yangu.

Ninajilaza salama, na kuamka kwa utukufu.

Hakuna hofu itazuru usiku wangu tena.

Muhuri

Kwa Damu ya Yesu na Moto wa Roho Mtakatifu, ninaziba akili yangu, kitanda changu, na anga yangu kwa amani ya kimungu. Amina.

Shukrani

Asante, Baba, kwa kugeuza giza kuwa nuru na hofu kuwa imani.

MOTO POINT 11 - MOTO MTAKATIFU, UPYA AKILI YANGU NA UWEKE UDANGANYIFU.

Imeandikwa:

"Wala msiifuatishe namna ya dunia hii; bali mgeuzwe kwa kufanywa upya nia zenu." — Waroma 12: 2

"Kufafanuliwa kwa maneno yako kwatia nuru." — Zaburi 119: 130

Kukiri & Toba

Bwana Yesu, nakiri kwamba mara nyingi nimeamini sauti za hofu na kushindwa kuliko Neno lako.

Nisamehe kwa kila wazo lililojiinua dhidi ya elimu ya Mungu.

Osha akili yangu katika Damu Yako ya thamani na usafishe moyo wangu kwa moto mtakatifu.

Sala ya Moto Mtakatifu

Baba, acha ukweli wako ushuke kama ndimi za moto juu ya mawazo yangu.

Mahali ambapo giza lilijenga ngome za mashaka, acha nuru ya Neno lako iwashe kiumbe kipya.

Tuma uwongo ambao ulisema sina thamani, sina tumaini, au nimeachwa.

Acha moto upite kwenye korido za kumbukumbu na uteketeze kila utambulisho wa uwongo hadi majivu.

Ninafungua akili yangu kwa Roho wa ukweli - nifundishe, nibadilishe, niweke huru.

Tamko la Ushindi

Akili yangu imefanywa upya; mawazo yangu yamepakwa mwanga.

Ninawaza mawazo ya Kristo na kutembea katika amani yake.

Muhuri

Kwa Damu ya Mwanakondoo na Neno la kweli, akili yangu imezingirwa na moto wa mbinguni. Amina.

Shukrani

Asante, Bwana, kwa kubadilisha mkanganyiko kuwa uwazi na kunijaza na nia ya Kristo.

HOJA YA MOTO 12 - MOTO WA UTAKATIFU, UTAKASE MOYO WANGU WA HASIRA NA UCHUNGU.

Imeandikwa:

"Uchungu wote na ghadhabu na hasira na viondoke kwenu." — Waefeso 4:31

"Ee Mungu, uniumbie moyo safi." — Zaburi 51:10

Kukiri & Toba

Baba mwenye rehema, nakiri kwamba chuki na kutosamehe vimekaa moyoni mwangu.

Nisamehe kwa kuweka maumivu pale Ulipotaka amani.

Ninasihi Damu ya Yesu ioshe hisia na kumbukumbu zangu.

Sala ya Moto Mtakatifu

Bwana, peleka moto wa mtakasaji wako mahali pa siri pa roho yangu.

Acha miali ya upendo iyeyushe kila chuki na hasira.

Geuza majivu ya kosa kuwa mafuta ya huruma.

Nifundishe kusamehe kama vile ulivyonisamehe pale Msalabani.

Tamko la Ushindi

Moyo wangu ni safi; roho yangu iko sawa.

Amani inatiririka kama mto ndani yangu.

Muhuri

Kwa Damu na kwa moto mtakatifu, uchungu hauna mizizi ndani yangu tena. Amina.

Shukrani

Asante, Bwana, kwa kubadilisha hasira kwa upendo na machozi kwa furaha.

MOTO POINT 13 - MOTO WA KUSUDI, WASHA WITO NA HATIMA YANGU

Imeandikwa:

"Pasipo maono, watu huangamia." — Methali 29:18

"Wivu wa nyumba yako umenila." — Zaburi 69: 9

Kukiri & Toba

Bwana, nakiri ulegevu wangu wa kutii na woga wangu kuingia katika mapenzi yako.

Nisamehe kwa kuzika talanta ulizotoa.

Nisafishe uvivu na shaka.

Sala ya Moto Mtakatifu

Mungu wa Eliya, upeleke moto juu ya madhabahu yangu tena.

Amka kila zawadi, kila ndoto, kila kazi iliyoandikwa mbinguni kunihusu.

Acheni bidii takatifu ilete kutojali; acha shauku ya nafsi iwake ndani yangu.

Pale nilipopoteza mwelekeo, nirudishe macho yangu kwa Yesu.

TAMKO LA USHINDI

Mimi ni mwali wa moto mkononi mwa Mungu.

Kusudi liko hai ndani yangu; siku zangu zimepangwa na Bwana.

Muhuri

Kwa Damu ya Yesu na Moto wa Roho Wake, hatima yangu imetiwa muhuri katika utukufu. Amina.

Shukrani

Asante, Baba, kwa kufufua upendo wangu wa kwanza na kunitia mafuta kwa athari.

FIRE POINT 14 - MOTO WA RIZIKI, VUNJA HOFU YA UKOSEFU.

Imeandikwa:

"BWANA ataamuru baraka ije juu yako katika ghala zako." — Kumbukumbu la Torati 28: 8

"Lakini Mungu wangu atawajazeni kila mnachokihitaji kwa kadiri ya utajiri wake, katika utukufu, ndani ya Kristo Yesu." — Wafilipi 4:19

Kukiri & Toba

Baba, nisamehe kwa kutilia shaka utunzaji wako na kwa kushikilia sana kile ninachomiliki.

Nisafishe uchoyo na ukafiri; nifundishe kuridhika.

Sala ya Moto Mtakatifu

Bwana wa wingi, acha moto wa imani uteketeze hofu ya kesho.

Fungua macho yangu kuona rasilimali ambazo tayari umeziweka mikononi mwangu.

Choma kila laana ya ubadhirifu na umaskini.

Agiza baraka zako juu ya kazi ya mikono yangu na unifanye kuwa baraka kwa wengine.

Tamko la Ushindi

Bwana ndiye Mchungaji wangu; sitapungukiwa na kitu.

Kikombe changu kinafurika ; Ninaishi katika utoshelevu wa kimungu.

Muhuri

Kwa Damu na Neno la ahadi, Moto wa riziki unazunguka maisha yangu. Amina.

Shukrani

Asante, Bwana, kwa kugeuza uhaba kuwa wingi na kunifundisha kuamini wema wako.

MOTO POINT 15 - MOTO WA USAFI, TAKASE MACHO NA TAMAA ZANGU.

Imeandikwa:

"Heri wenye moyo safi; maana hao watamwona Mungu." — Mathayo 5: 8

"Uyageuze macho yangu nisitazame ubatili, Unihuishe katika njia yako." — Zaburi 119: 37

Kukiri & Toba

Baba Mtakatifu, ninakiri mitazamo chafu na mawazo ambayo yamemhuzunisha Roho wako.

Ninatubu kwa kila taswira na tamaa iliyochafua nafsi yangu.

Nioshe kwa Damu Yako na unirudishe moyo wangu kutokuwa na hatia.

Sala ya Moto Mtakatifu

Roho wa utakatifu, tuma moto wako kupitia mawazo yangu.

Ondosha tamaa na kiburi; nisafishe mapenzi yangu mpaka nikutamani Wewe tu.

Acha mwali wako uweke macho yangu kwa Yesu.

Nivike nuru safi sana hata giza lisiweze kunishika.

TAMKO LA USHINDI

Mwili wangu ni hekalu la Roho Mtakatifu.

Nimetengwa kwa matumizi ya Mwalimu.

Usafi na nguvu hutembea pamoja ndani yangu.

Muhuri

Kwa Damu ya Yesu na Moto wa utakaso, ninawekwa mtakatifu na bila unajisi. Amina.

Shukrani

Asante, Bwana, kwa kufanya moyo wangu kuwa makao ya uwepo wako.

HATUA YA MOTO 16 - MOTO WA NGUVU, vunja ROHO YA KUCHOKA.

Imeandikwa:

"Wamngojeao BWANA watapata nguvu mpya." — Isaya 40:31

"Furaha ya BWANA ni nguvu zako." — Nehemia 8:10

Kukiri & Toba

Baba, nisamehe manung'uniko yangu na kukata tamaa kwangu.

Ninakiri kwamba nimetegemea nguvu zangu mwenyewe.

Nisafishe, na pumua maisha mapya ndani ya roho yangu.

Maombi

Ewe Moto wa Nguvu, unianguke sasa.

Kuchoma uchovu na kukata tamaa.

Nipe nguvu ya kimungu kukimbia na kutochoka, kutembea na sio kuzimia.

Tamko

Mimi ni hodari katika Bwana na katika uweza wa nguvu zake.

Furaha yake hunifanya upya kila siku.

Muhuri

Kwa Damu ya Mwana-Kondoo na Neno la ahadi Yake, nimetiwa muhuri katika nguvu zisizo za kawaida. Amina.

Shukrani

Asante, Bwana, kwa kuinua kichwa changu na kunivika nguvu.

FIRE POINT 17 - MOTO WA UMOJA, PONYA MAHUSIANO YANGU

Imeandikwa:

"Ikiwezekana, kwa upande wenu, kaeni kwa amani na watu wote." — Waroma 12:18

" Mkijitahidi kuuhifadhi umoja wa Roho katika kifungo cha amani." — Waefeso 4: 3

Kukiri & Toba

Bwana, ninakubali ambapo kiburi, wivu, au maneno makali yamewaumiza wengine.

Nisamehe, na unifundishe unyenyekevu wa Kristo.

Maombi

Ee Moto wa Upendo, kuyeyusha kuta kati yangu na wale ambao nimewaumiza.

Acha msamaha utiririke pande zote mbili.

Hebu kila familia na ushirika uliogawanyika na ugomvi urejeshwe katika mwali Wako wa amani.

Tamko

Mimi ni mtunza amani na mtoaji wa upatanisho.

Mahali ninapotembea, upendo wa Mungu unatawala.

MUHURI

Kwa Damu na Moto, ninapiga muhuri uhusiano wangu katika rehema na ufahamu. Amina.

Shukrani

Asante, Bwana, kwa kuponya mioyo na kutufunga pamoja katika upendo wako.

MOTO POINT 18 - MOTO WA FURAHA, REJESHA IBADA YANGU NA FURAHA

Imeandikwa :

"Mbele za uso wako ziko furaha tele." — Zaburi 16:11

"Furahini katika Bwana siku zote ; tena nasema, Furahini." — Wafilipi 4: 4

Kukiri & Toba

Baba, nisamehe ubaridi wangu katika ibada na roho yangu ya manung'uniko.

Ninatubu kukutumikia bila furaha.

Maombi

Roho wa Mungu aliye hai, uwashe moto wa sifa ndani yangu tena.

Majivu ya kukata tamaa yaache nyimbo za ushindi.

Jaza kinywa changu kwa shukrani; jaza mikono yangu kwa kuabudu.

Tamko

Nitamhimidi Bwana kila wakati; Sifa zake zitakuwa kinywani mwangu daima.

Furaha yangu imejaa na haiguswi.

Muhuri

Kwa Damu ya Mwanakondoo na mafuta ya furaha, sifa zangu zimetiwa muhuri milele. Amina.

Shukrani

Asante, Bwana, kwa kunipa mavazi ya sifa kwa roho ya uchungu.

FIRE POINT 19 - MOTO WA UJASIRI, KUVUNJA NGUVU YA WOGA NA KUTISHA.

Imeandikwa:

"Maana Mungu hakutupa roho ya woga, bali ya nguvu na ya upendo na ya moyo wa kiasi." — 2 Timotheo 1: 7

"Uwe hodari na moyo wa ushujaa; usiogope." — Yoshua 1: 9

Kukiri & Toba

Bwana, nakiri kwamba woga umepunguza utiifu wangu na kunyamazisha shahidi wangu.

Nisamehe kwa kutilia shaka uwepo Wako.

Maombi

Ewe Moto wa Ujasiri, unianguke.

Choma woga na uamshe imani shupavu.

Simba wa Yuda na apige ngurumo ndani yangu dhidi ya kila tisho la giza.

Tamko

Sina woga, dhabiti, na nimejaa imani.

Bwana yu pamoja nami; kwa hiyo sitatikisika.

MUHURI

Kwa Damu, Neno, na Moto, moyo wangu umetiwa muhuri katika ujasiri mtakatifu. Amina.

Shukrani

Asante, Bwana, kwa kugeuza woga wangu kuwa imani isiyo na woga.

FIRE POINT 20 - MOTO WA ULINZI, IZUNGE NYUMBA YANGU NA WAPENDWA.

Imeandikwa:

"Kwa maana mimi, asema BWANA, nitakuwa ukuta wa moto kuuzunguka. — Zekaria 2: 5

"Malaika wa BWANA hufanya kituo, Akiwazunguka wamchao, na kuwaokoa." — Zaburi 34: 7

Kukiri & Toba

Baba, usamehe kupuuzwa kwa sala kwa ajili ya nyumba yangu.

Osha malango na kuta zetu kwa Damu ya Yesu.

Maombi

Ee Bwana wa Majeshi, zunguka nyumba yangu kwa moto wako ulio hai.

Hebu kila mlango ufunikwe na Damu.

Amani itawale ndani ya kuta zetu na haki ndani ya mioyo yetu.

Endesha mbali kila ushawishi wa jeuri, migawanyiko, au kukata tamaa.

Tamko

Nyumba yangu ni ya Bwana.

Malaika hutazama; amani inakaa; utukufu unadumu.

Muhuri

Kwa Damu, Neno, na Moto, ninatia muhuri makao yangu katika ulinzi wa Kiungu. Amina.

Shukrani

Asante, Bwana, kwa kufanya maskani yangu kuwa patakatifu pa uwepo wako.

MOTO WA 21 - MOTO WA KUREJESHA JUU YA MFUNGO WA FAMILIA YANGU

Imeandikwa:

"Nami nitawarudishia hiyo miaka iliyoliwa na nzige." — *Yoeli 2:25*

"Wazao wa wenye haki wataokolewa." — *Methali 11:21*

Kukiri & Toba

Bwana, ninakubali kwamba familia yangu imepotoka, imevunja nadhiri, na imepanda mifarakano.

Utusamehe; ponya ukoo wetu kwa Damu ya Yesu.

Kuzingatia Maombi

Mtazamo wa Waziri: Mwongoze mwamini katika kubariki kila kizazi kwa jina.

Baba, tuma moto wako wa kurejesha kupitia damu yetu.

Hebu kila zawadi, adhama, na baraka zilizozikwa katika vizazi vilivyopita ziinuke tena katika haki.

Tamko

Familia yangu ni mti uliopandwa tena kando ya mito ya uzima.

Mizizi yetu inakunywa kutoka kwa neema ya Mungu, na matunda yetu yatalisha mataifa.

Muhuri

Kwa Damu na kwa moto mtakatifu, hadithi ya familia yetu imeandikwa upya katika Kristo. Amina.

Shukrani

Asante, Bwana, kwa kugeuza laana kuwa baraka na kuunganisha vizazi katika agano lako.

MOTO POINT 22 - MOTO WA UPONYAJI MWILINI NA NAFSI

Imeandikwa:

"Mimi ndimi BWANA nikuponyaye ." — Kutoka 15:26

"Alituma neno lake, akawaponya." — Zaburi 107: 20

Kukiri & Toba

Baba, nisamehe kutokuamini kwangu na kupuuza mwili ulionipa.

Nisafishe na uchungu unaodhoofisha mifupa.

Kuzingatia Maombi

Lengo la Mhudumu: Alika maombi ya utimilifu—kuwekea mikono au upako ikifaa.

Bwana Yesu, acha wema Wako wa uponyaji utiririke katika kila mfumo, kiungo, na hisia.

Acha moto mtakatifu ufishe kila mzizi wa magonjwa na kiwewe.

Tamko

Kwa kupigwa Kwako nimepona; nafsi yangu inafanikiwa.

Maisha yanapita ndani yangu kama moto kupitia dhahabu.

Muhuri
Damu ya Yesu na Neno la ahadi hutia muhuri afya yangu na amani. Amina.
Shukrani
Asante, Bwana, kwa kunifanya mzima katika roho, nafsi na mwili.

FIRE POINT 23 - MOTO WA UKOMBOZI KUTOKA KWA MISINGI MIOVU

Imeandikwa:

"Misingi ikiharibika, mwenye haki atafanya nini?" — Zaburi 11: 3

"Msingi mwingine hakuna mtu awezaye kuuweka, isipokuwa ni ule uliokwisha kuwekwa, ambao ni Yesu Kristo." — 1 Wakorintho 3:11

Kukiri & Toba

Bwana, ninakiri kwamba maisha yangu yalijengwa juu ya woga, kiburi, na mila.

Nisamehe; kuwa msingi pekee chini yangu.

Kuzingatia Maombi

Lengo la Mhudumu: Mwongoze mwamini kuachana na mifumo ya zamani na kuweka wakfu nyumba, kazi na utambulisho wao kwa Kristo.

Ee Bwana, acha kila nguzo mbovu ibomoke.

Weka msingi Wako wa ukweli na upendo ndani yangu.

Tamko

Uhai wangu unakaa juu ya Kristo Mwamba imara; dhoruba zinaweza kuja, lakini sitaanguka.

Muhuri

Kwa Damu na Moto wa Yesu, msingi wangu unasimama bila kutetereka. Amina.

Shukrani

Asante, Bwana, kwa kunijenga upya juu ya Mwamba usiotikisika.

FIRE POINT 24 - MOTO WA USHINDI JUU YA UDHALIMU NA UDHALILISHAJI.

Imeandikwa:

"Kila silaha itakayofanyika juu yako haitafanikiwa." — Isaya 54:17

"BWANA ni kimbilio lao walioonewa." — Zaburi 9: 9

Kukiri & Toba

Bwana, ninawasamehe wale walionidhulumu.

Nisafishe kutokana na kisasi na unifundishe kuamini haki yako.

Kuzingatia Maombi

Makini ya Waziri: Mwongozo wa ungamo la makosa; omba Zaburi 35 au 91 kwa sauti.

Mungu wa Haki, inuka katika mwali wako na kutawanya uonevu.

Acha haki na amani zibusu ndani ya hadithi yangu.

Tamko

mimi ni zaidi ya mshindi; ukweli na rehema zilinde njia yangu.

MUHURI

Damu na Moto wa Kristo hunitia alama kuwa mshindi katika kila jaribu. Amina.

Shukrani

Asante, Bwana, kwa kunipigania na kunivika taji ya heshima .

HOJA YA MOTO 25 - MOTO WA UTAMBUZI NA MAONO YA KIROHO

Imeandikwa:

"Ufumbue macho yangu niyatazame maajabu yatokayo katika sheria yako. — Zaburi 119: 18

"Jicho lako likiwa safi, mwili wako wote utakuwa na nuru." — Mathayo 6:22

Kukiri & Toba

Bwana, nisamehe ugumu wa moyo wangu na kukengeushwa kwangu na kelele za kidunia.

Nioshe macho yangu katika Damu; niruhusu nione kama unavyoona.

Kuzingatia Maombi

Mtazamo wa Mhudumu: Ombea hisi za kiroho za mwamini—kuona, kusikia, utambuzi—kuimarishwa.

Roho wa Kweli, washa taa iliyo ndani yangu.

Hebu maono ya uongo yafifie na ufunuo wa kweli uwake angavu.

Tamko

Macho yangu yanauona utukufu wa Bwana.

natembea katika nuru; Ninaitambua njia ya amani.

MUHURI

Kwa Damu ya Yesu na Moto wa kuangaza, macho yangu ya ndani yanatakaswa. Amina.

Shukrani

Asante, Bwana, kwa kunifungua macho nione maajabu yako.

MOTO POINT 26 - MOTO WA UTULIVU KATIKA MAJIRA YA MABADILIKO

Imeandikwa:

"Yesu Kristo ni yeye yule, jana, na leo , na hata milele ." — Waebrania 13: 8

"Wamtumainio BWANA watakuwa kama mlima Sayuni, usiotikisika." — Zaburi 125: 1

Kukiri & Toba

Bwana, nisamehe wasiwasi wangu katika kipindi cha mpito.

Nimetilia shaka uthabiti Wako; fanya upya imani yangu.

Kuzingatia Maombi

Baba, nitie nanga katika Neno lako kila kitu kinapohama.

Acha moto Wako utengeneze subira na uthabiti ndani yangu.

Tamko

Niko thabiti kwa sababu Mungu wangu habadiliki.

Pepo zinaweza kuvuma, lakini neema huniweka ndani kabisa.

Muhuri

Kwa Damu, Neno, na Moto wa kudumu, moyo wangu umeelekezwa kwa Mungu. �� Amina.

Shukrani

Asante, Bwana, kwa kuwa mwamba wangu usiobadilika katika ulimwengu unaobadilika.

HOJA YA MOTO 27 - MOTO WA HEKIMA KWA UAMUZI NA MKAKATI.

Imeandikwa:

"Lakini mtu wa kwenu akipungukiwa na hekima, na aombe dua kwa Mungu." — Yakobo 1: 5

"Masikio yako yatasikia neno nyuma yako, likisema, Njia ni hii , ifuateni. — Isaya 30:21

Kukiri & Toba

Bwana, nisamehe haraka yangu na kujiamini kwangu.

Nifundishe kusubiri shauri lako.

Kuzingatia Maombi

Lengo la Mhudumu: Himiza ukimya na kusikiliza mbele za Bwana.

Roho ya Hekima, washa moto wako katika akili yangu.

Ongoza hatua zangu kwa uwazi; acha machafuko yaishe mbele ya sauti yako.

Tamko

Ninayo nia ya Kristo; Ninafanya maamuzi kwa ushauri wake.

MUHURI

Kwa Damu ya Yesu na Moto wa ufunuo, njia zangu zimepangwa kwa hekima. Amina.

Shukrani

Asante, Bwana, kwa kuniongoza katika njia ya milele.

MOTO POINT 28 - MOTO WA HUDUMA TAKATIFU NA UNYENYEKEVU

Imeandikwa:

"Yeyote anayetaka kuwa wa kwanza kwenu, na awe mtumishi wenu." — Mathayo 20:27

"Alijinyenyekeza, akawa mtii hata kufa." — Wafilipi 2: 8

Kukiri & Toba

Bwana, samehe kiburi na hamu ya kupiga makofi.

Nioshe kwa unyenyekevu na kurejesha furaha ya kutumikia.

Kuzingatia Maombi

Bwana Yesu, choma tamaa ya ubinafsi.

Acha moto Wako wa upendo unifanye kuwa mtumishi wa kweli wa wote.

Tumia mikono yangu, maneno, na wakati kama vyombo vya neema.

Tamko

natumikia kwa furaha; Ninaongoza kwa upendo.

Ukuu wa Kristo unadhihirishwa kupitia mimi.

Muhuri

Kwa Damu na Moto wa unyenyekevu, nimetiwa muhuri kama mtumishi mwaminifu. Amina.

Shukrani

Asante, Bwana, kwa kunihesabu kuwa ninastahili kutumika katika nyumba yako.

MOTO POINT 29 - MOTO WA MAOMBI NA HURUMA KWA NAFSI

Imeandikwa:

"Basi mwombeni Bwana wa mavuno, atume watenda kazi katika mavuno yake." — Mathayo 9:38

"Kuomba kwake mwenye haki kwafaa sana akiomba kwa bidii ." — Yakobo 5:16

Kukiri & Toba

Bwana, nisamehe kutojali kwangu kwa waliopotea.

Vunja moyo wangu kwa yale yanayovunja Yako.

Kuzingatia Maombi

Lengo la Waziri: Ongoza katika maombezi kwa mataifa, viongozi na wale ambao hawajaokoka.

Roho ya neema na dua, uwashe moyo wangu moto kwa roho.

Maombi yangu na yawe mifereji ya rehema duniani kote.

Tamko

Ninasimama kwenye pengo; maombi yangu ni uvumba mbele za Mungu.

MUHURI

Kwa Damu ya Yesu na Moto wa huruma, maombezi yangu yanadumu. Amina.

Shukrani

Asante, Bwana, kwa kushiriki nami mzigo wako kwa ulimwengu.

MOTO POINT 30 - MOTO WA UTUKUFU NA UWEPO WA KUDUMU

Imeandikwa:

"Lakini sisi sote, kwa uso wazi, tukiurudisha utukufu wa Bwana kama katika kioo, tunabadilishwa." — 2 Wakorintho 3:18

"Hakika wenye haki watalishukuru jina lako, Wanyoofu watakaa mbele zako." — Zaburi 140: 13

Kukiri & Toba

Bwana, nisamehe kwa kuutendea wepesi uwepo wako.

Nisafishe kutoka kwa usumbufu na utukufu wa kibinafsi.

Kuzingatia Maombi

Lengo la Mhudumu: Ongoza ibada hadi ufahamu wa uwepo wa Mungu ujaze chumba.

Baba, utukufu wako uinuke kama moto ndani yangu na pande zote.

Tumia takataka; dhihirisha uzuri wa Yesu maishani mwangu.

Tamko

Utukufu wa Bwana umenifunika; Uwepo wake ndio anga yangu.

Muhuri

Kwa Damu, Neno, na Moto wa utukufu Wake, nimefichwa katika uwepo Wake milele. Amina.

Shukrani

Asante, Bwana, kwa kukaa nami na kunifanya mbeba nuru yako.

POINT YA MOTO 31 - MOTO WA KUWEKA WAKFU NA MIKONO SAFI

Imeandikwa:

"Ni nani atakayepanda katika mlima wa BWANA, au ni nani atakayesimama katika patakatifu pake? Ni mtu aliye na mikono safi na moyo safi." — Zaburi 24: 3-4

"Itoeni miili yenu iwe dhabihu iliyo hai, takatifu, ya kumpendeza Mungu." — Waroma 12: 1

Kukiri na Kutubu :

Bwana, ninatubu kwa maelewano na kutojali. Safisha nia na matendo yangu katika Damu Yako.

Kuzingatia kwa Maombi: Moto wa kuwekwa wakfu, boresha nia zangu. Acha kila kitu ninachofanya kiwe na upendo na ukweli. Lengo la Waziri: kuongoza katika kuweka wakfu upya maisha na huduma.

Tamko

Mikono yangu ni mitakatifu; kazi yangu inamtukuza Mfalme.

Muhuri na Shukrani:

Kwa Damu na kwa moto mtakatifu nimetengwa kwa ajili ya Mungu. Amina.

MOTO POINT 32 - MOTO WA UTII NA UTANIFU

Imeandikwa:

"Kutii ni bora kuliko dhabihu." — 1 Samweli 15:22

"Mkinipenda, mtazishika amri zangu." — Yohana 14:15

Kukiri na Kutubu:

Bwana, nisamehe nyakati nilizosikia lakini sikutii.

Kuzingatia kwa Maombi: Roho ya Kumcha Bwana, chora utii katika moyo wangu. Sawazisha mapenzi yangu na mapenzi ya mbinguni.

Tamko:

kuyafanya mapenzi yako, Ee Mungu, nafurahia; Sheria yako imo moyoni mwangu.

Muhuri na Shukrani :

Kwa Damu na Neno la agano ninatembea katika utii wa furaha. Amina.

MOTO POINT 33 - MOTO WA IMANI NA UTUMAINI USIOTEKIKISHWA

Imeandikwa:

"Mwenye haki ataishi kwa imani yake." —Habakuki 2: 4

"Huku ndiko kushinda kuushindako ulimwengu, hiyo imani yetu." — 1 *Yohana 5: 4* .

Kukiri na Kutubu:

Bwana, nisamehe shaka na kutokuamini kwangu.

Kuzingatia kwa Maombi: Roho Mtakatifu, washa imani yangu tena. Hebu kila khofu iyeyuke mbele ya ahadi yako.

Mwelekeo wa Mhudumu: sema Maandiko ya imani kwa sauti; kuhimiza matamko ya uaminifu.

Tamko : Ninamwamini Mungu; kwa hiyo nauona utukufu wake.

Muhuri na Shukrani: Moto wa imani huwaka ndani yangu milele. Amina.

FIRE POINT 34 - MOTO WA FURAHA NA SIFA KATIKA MATESO

Imeandikwa:

"Furahini katika Bwana sikuzote ." — Wafilipi 4: 4

"Furaha ya BWANA ni nguvu zako." — Nehemia 8:10

Kukiri na Kutubu:

Bwana, unisamehe malalamiko yangu; nifundishe shukrani.

Kuzingatia kwa Maombi: Bwana, sifa na ziinuke kama moto katikati ya majaribu; geuza huzuni kuwa wimbo.

Tamko:

nafurahi kwa imani; sifa zangu huvunja minyororo.

Muhuri na Shukrani:

Kwa Damu na mafuta ya furaha, furaha yangu imejaa. Amina.

MOTO POINT 35 - MOTO WA REHEMA NA MSAMAHA

Imeandikwa:

“Heri wenye rehema; maana hao watapata rehema.” — Mathayo 5: 7

"Iweni wafadhili ninyi kwa ninyi, mkasameheane kama na Mungu kwa ajili ya Kristo alivyowasamehe ninyi." — Waefeso 4:32

Kukiri na Kutubu:

Bwana, nisamehe ugumu wa moyo wangu; nifundishe kupanua rehema.

Kuzingatia kwa Maombi: Baba, mimina huruma yako kupitia kwangu hadi niwe chombo cha uponyaji kwa wengine.

Tamko :

naenenda katika rehema; kosa halipati nafasi ndani yangu.

Muhuri na Shukrani:

Kwa Damu ya rehema niko huru kusamehe na kusamehewa. Amina.

HOJA YA MOTO 36 - MOTO WA MAOMBI NA KUKESHA

Imeandikwa:

"Kesheni, mwombe, msije mkaingia majaribuni." — Mathayo 26:41

"Wanaume imewapasa kusali siku zote, wala wasikate tamaa." — Luka 18: 1

KUKIRI NA KUTUBU:

Bwana, samehe kutokuwa na maombi na usumbufu.

Mtazamo wa Maombi: Roho wa neema na maombi, amka saa yangu. Unifanye kukesha katika Roho mchana na usiku.

Tamko:

Madhabahu yangu inawaka moto daima; Mimi ni mlinzi juu ya kuta.

Muhuri na Shukrani:

Kwa Damu na Moto wa uvumilivu maisha yangu ya maombi hayatazimika kamwe. Amina.

FIRE POINT 37 - MOTO WA AMANI KATIKA DHOruba

Imeandikwa:

"Utamlinda yeye ambaye moyo wake umekutegemea katika amani kamilifu." — Isaya 26: 3

"Amani nawaachieni, amani yangu nawapa." — Yohana 14:27

Kukiri na Kutubu:

Bwana, samehe hofu na wasiwasi;

Ninarudisha macho yangu Kwako.

Kuzingatia kwa Maombi: Mfalme wa Amani, pumua juu ya dhoruba inayonizunguka; sema, "Amani, tulia."

Tamko:

Pepo zinamtii Mola wangu Mlezi; Ninapumzika katika utulivu Wake.

Muhuri na Shukrani:

Kwa Damu ya upatanisho, amani inatawala ndani na nje. Amina.

MOTO POINT 38 - MOTO WA USHAWISHI WA UFALME NA ATHARI

Imeandikwa:

"Ninyi ni nuru ya ulimwengu; ninyi ni chumvi ya dunia." — Mathayo 5: 13–14

"Dunia itajawa na maarifa ya utukufu wa BWANA." — Habakuki 2:14

Kukiri na Kutubu:

Bwana, samehe kuficha nuru; kusamehe maelewano katika ushahidi.

Kuzingatia kwa Maombi: Roho Mtakatifu, uwashe mvuto wangu; uadilifu na upendo ubadilishe nyanja yangu.

Tamko:

Mimi ni mwanga gizani, chumvi yenye harufu nzuri , balozi wa Mfalme.

Muhuri na Shukrani:

Kwa Damu na Moto wa utume maisha yangu yanang'aa kwa athari ya ufalme. Amina.

POINT YA MOTO 39 - MOTO WA KUVUMILIA NA KUMALIZA NEEMA

Imeandikwa:

"Yeye atakayevumilia hata mwisho ndiye atakayeokoka." — Mathayo 24:13

"Nimepigana vita vizuri, nimemaliza mwendo wangu." — 2 Timotheo 4: 7

Kukiri na Kutubu:

Bwana, samehe roho inayoacha; ufanye upya saburi ndani yangu.

Kuzingatia kwa Maombi: Imarisha mikono yangu, imarisha azimio langu, acha moto wa subira unisafishe mpaka nimalize vyema.

Tamko:

nakaza mwendo kuelekea alama; hakuna kitakachonifanya nirudi nyuma.

Muhuri na Shukrani:

Kwa Damu ya agano na Moto wa uvumilivu, nitamaliza kwa furaha. Amina.

MOTO POINT 40 - MOTO WA UTUKUFU WA MILELE NA IBADA

Imeandikwa:

"Basi kwa Mfalme wa milele, asiyeweza kufa, asiyeonekana, Mungu pekee, na iwe heshima na utukufu milele." — 1 Timotheo 1:17

"Nao wakamshinda ... na hawakupenda maisha yao hata kufa." — Ufunuo 12:11

Kukiri na Kutubu:

Bwana, samehe kila kiburi na majivuno; utukufu wote ni Wako.

Kuzingatia kwa Maombi: Acha maisha yangu yawe ibada ya kudumu; utukufu wako ufunuliwe ndani yangu na kupitia kwangu milele.

Tamko:

Ufalme ni wako, na nguvu, na utukufu.

Ninaishi kukuabudu wewe milele.

Muhuri na Shukrani:

Kwa Damu ya Mwana-Kondoo na Moto wa milele wa ibada, nimefungwa kwenye kiti cha neema. Amina.

MPANGO WA KUISHI KATIKA NENO

Mfumo wa Upyaji wa Maandiko ya Kila Siku na Tafakari

"Kitabu hiki cha torati kisiondoke kinywani mwako, bali yatafakari maneno yake mchana na usiku, upate kuangalia kutenda sawasawa na maneno yote yaliyoandikwa humo; maana ndipo utakapoifanikisha njia yako, kisha ndipo utakapositawi sana." — Yoshua 1: 8

Ukombozi huimarishwa kwa kuadibu, na nidhamu huimarishwa na Neno.

Yesu yule yule aliyetoa pepo katika Luka 9 alimshinda shetani katika Luka 4 kwa Neno lililoandikwa - "Imeandikwa."

Ili kubaki huru, lazima ubaki umejaa.

Mpango huu ni tabia yako ya kila siku ya kufanya upya - sura moja kutoka Agano la Kale, moja kutoka Agano Jipya - kulisha agano na neema, hekima na nguvu.

MUUNDO WA KUSOMA KILA SIKU

1. Soma Sura Moja kutoka Agano la Kale

Anza na Mwanzo na songa mbele kwa kasi yako.

Tazama jinsi Mungu anavyojenga, kuita, kukomboa, na kurejesha.

2. Soma Sura Moja kutoka Agano Jipya

Anza na Mathayo na safiri kupitia Ufunuo.

Tazama jinsi Yesu anavyotimiza yale ambayo Sheria na Manabii walitangaza.

3. Mwombe Roho Aseme Kabla Hujasoma

Nong'oneza sala hii:

"Roho Mtakatifu, ufumbue macho yangu niyatazame maajabu kutoka katika Neno lako." — Zaburi 119: 18

MASWALI YA TAFAKARI

Baada ya kusoma, andika majibu yako kwa ufupi kila siku.

Maswali haya yataimarisha usikivu wako na kugeuza usomaji kuwa ufunuo.

1. Mungu anasema nini?

Zingatia maneno yoyote ya moja kwa moja kutoka kwa Baba - amri, ahadi, au maonyo.

2. Yesu anasema nini?

Maneno, miujiza, au matendo Yake yanafichua nini kuhusu moyo na ufalme Wake?

3. Roho Mtakatifu anasema nini?

Je! Roho hunitia hatiani, hunifariji, au kuniongoza vipi katika kile ninachosoma?

4. Nabii, mtume, au mwandishi anasema nini kwa maagizo ya Roho?

Tambua kanuni ya kiungu nyuma ya mafundisho yao au hadithi.

5. Ninajifunza nini?

Fanya muhtasari wa ufahamu, marekebisho, au kitia-moyo ulichopokea leo.

6. Ninaamriwa au kufundishwa nifanye nini?

Andika hatua yoyote ya wazi ya utiifu.

7. Je, nitumieje?

Kuwa vitendo. Je, unaweza kuanza, kuacha au kubadilisha nini leo?

8. Ninapaswa kuitumia lini?

Weka rekodi ya matukio au hatua ya haraka (km, "Leo," "Kabla ya kulala," "Mkutano Ufuatao").

9. Baada ya kuitumia, matokeo yalikuwa nini?

Rekodi matokeo au mabadiliko ya ndani uliyoona baada ya utii.

10. Ushuhuda ni nini?

Kumbuka kile unachoweza kumshukuru Mungu na kushiriki na wengine.

11. Je, ninaweza kushiriki na nani hii leo?

Kila kweli inakuwa mbegu inapopandwa. Tafuta mtu mmoja wa kuhimiza kila siku.

LENGO

Mwishoni mwa kila wiki, kagua vidokezo na ushuhuda wako.

Tazama jinsi majibu yako yanavyokua zaidi, kusikia kwako vizuri, na imani yako kuwa thabiti.

Katika mwaka mmoja, utakuwa umesoma Biblia nzima na kuandika rekodi ya kibinafsi ya kukutana na Mungu—uthibitisho kwamba Neno la Mungu linafanya kazi.

KUMBUKA

Uhuru unaodumishwa ni uhuru unaozidishwa.

Kila mara unapofungua Biblia, unamfungulia Mungu mlango wa kusema tena.

Nyoka hawezi kuuma pale ambapo ua wa Maandiko unasimama imara.

Acha Neno likae kwa wingi ndani yako—kufanya upya nia yako, kusafisha nia yako, na kutayarisha kinywa chako kila mara kusema, "Imeandikwa."

"Neno lako ni taa ya miguu yangu, na mwanga wa njia yangu." — Zaburi 119: 105

KUISHI KATIKA NENO — SAMPULI YA MAOMBI -1

Mwanzo 3 na Ufunuo 3
(Mfano wa Masomo ya Kila Siku kwa Kutumia Maswali ya Tafakari)

1. MUNGU ANASEMA NINI?

Mwanzo 3:

Mungu anasema kwamba kutotii kunafungua mlango wa udanganyifu na kifo.

Anajionyesha kama Baba anayeita hata baada ya kushindwa: "Adamu, uko wapi?" (Mst 9).

Hukumu inakuja, lakini rehema hunena—ahadi ya ukombozi kupitia "uzao wa mwanamke."

Ufunuo 3:

Mungu anasema anajua kazi za Kanisa Lake.

Anawaonya watu vuguvugu kwamba kutojali ni hatari kama uasi, lakini hutoa mlango wazi kwa wale wanaobaki waaminifu.

Anasimama mlangoni na kubisha hodi, bado anatamani ushirika.

2. Yesu anasema nini?

Katika Mwanzo 3, Yesu ndiye Mzao aliyeahidiwa ambaye ataponda kichwa cha nyoka—Neno la Mungu lililofichwa la tumaini katikati ya laana.

Katika Ufunuo 3, Yesu anazungumza moja kwa moja: "Tazama, nasimama mlangoni, nabisha." Anawaita waumini kwenye urafiki mpya, akiahidi: "Yeye ashindaye, nitampa kuketi pamoja nami katika kiti changu cha enzi."

Anasema, "Rudi kwa upendo wa kwanza. Fungua mlango tena."

3. Roho Mtakatifu anasema nini?

Roho ananikumbusha kwamba dhambi huanza kama pendekezo kabla haijawa uasi.

Ananionya nichunge mazungumzo, mawazo, na tamaa zinazotilia shaka wema wa Mungu.

Pia ananong'ona, "Endelea kuwaka moto wako; usiwe vuguvugu."

4. Nabii, mtume, au mwandishi anasema nini kwa maagizo ya Roho?

Musa anarekodi anguko la kwanza la wanadamu ili kuonyesha asili ya kila kuvunjika—na hitaji la Mkombozi.

Yohana anaandika Ufunuo 3 ili kufichua kuridhika kiroho na kuliita Kanisa kwenye toba.

Wote wawili wanahubiri ukweli mmoja: Mungu bado anatamani ushirika; dhambi na kujitegemea huivunja.

5. Ninajifunza nini?

Utii huniweka katika Edeni; udadisi bila mipaka hunifukuza.

Sauti ya Mungu bado inanitafuta ninapojificha.

Yesu anathamini uhusiano kuliko desturi—Anabisha, si kulazimisha kuingia.

Imani yenye uchangamfu humchukiza Mungu kwa sababu inawakilisha vibaya shauku yake.

6. Ninaamriwa au kufundishwa nifanye nini?

Sikiliza kabla ya kutenda; uliza mjaribu, sio ukweli.

Tubu upesi usadikisho unapokuja.

Weka mlango wa moyo wangu wazi kwa ushirika wa kila siku.

Baki na bidii; kudumisha joto la kiroho kupitia sala, ibada, na utii.

7. Je, nitumieje?

Anza kila asubuhi kwa kuuliza, "Bwana, niko wapi?"—Mwalike anitafute kiroho.

Malizia kila siku kwa kufungua moyo wangu upya: "Ingia, Bwana Yesu."

Kataa maudhui ambayo yanaamsha shaka, tamaa, au kiburi—milango ile ile ambayo ilimdanganya Hawa.

Badilisha nafasi ya kusogeza bila kufanya kazi na usomaji wa Maandiko; badala ya malalamiko na shukrani.

8. Ninapaswa kuitumia lini?

Mara moja - leo.

Nyoka hujaribu kila siku; Mwokozi anabisha kila siku. Jibu langu lazima pia liwe kila siku.

9. Baada ya kuitumia, matokeo yalikuwa nini?

Amani ilirejea kwenye mawazo yangu.

Majaribu yalipoteza sauti yao kwa sababu nilijibu kwa, "Imeandikwa."

Ushirika ukawa rahisi; sala ilihisi nyepesi; kulala zaidi.

Neno lile lile lililomhukumu pia lilifariji.

10. Ushuhuda ni nini?

Nilipotii haraka, nilihisi Edeni ikifunguliwa tena ndani.

Ambapo aibu ilinong'ona, sasa neema inazungumza zaidi.

Uwepo wa Mungu hauko mbali tena; hutembea nami wakati wa baridi ya siku.

Nimejifunza kwamba upanga uwakao moto kwenye lango la Edeni haukuwa kamwe kunizuia—bali kuzuia dhambi isirudi tena.

11. Je, ninaweza kushiriki na nani hii leo?

Rafiki ambaye anahisi kutostahili kwa Mungu baada ya kuanguka tena.

Nitawaambia: "Bado anatembea kwenye bustani akiita jina lako."

Na kwa mwingine ambaye amechoka katika imani, nitashiriki Ufunuo 3:20—Bado anabisha.

Muhtasari Maarifa

Kutoka Mwanzo 3 hadi Ufunuo 3, hadithi ni sawa:

Mungu anaendelea kutafuta ushirika; mwanadamu anaendelea kufunga milango; bado rehema inaendelea kubisha.

Ukombozi huanza ninapofungua mlango tena—kikamilifu, kila siku, kwa furaha.

"Tazama, nimekupa mlango uliofunguliwa mbele yako, wala hapana awezaye kuufunga. — Ufunuo 3: 8

KUISHI KATIKA NENO — MFANO WA MATUMIZI 2

Mwanzo 6 na Luka 4 (Mfano wa Masomo ya Kila Siku kwa Kutumia Maswali ya Tafakari)

1. MUNGU ANASEMA NINI?

Mwanzo 6:

Mungu anasema kwamba uovu usiozuiliwa unahuzunisha moyo Wake.

Anaona uharibifu wa wanadamu na anatangaza kwamba Roho Wake hatashindana na mwili milele.

Lakini hata katika hukumu, Anakumbuka rehema—Anamtenga Nuhu kama aliyepata neema.

Luka 4:

Mungu anasema kwamba ushindi juu ya majaribu huja kupitia utii kwa Neno lake.

Yesu, akiwa amejazwa na Roho Mtakatifu, anamkabili shetani na kushinda kwa Maandiko.

Mungu anathibitisha kwamba Neno lake ni silaha na ulinzi wa kutosha .

2. Yesu anasema nini?

Katika Mwanzo 6, Yesu ndiye Safina ya wokovu inayokuja—iliyoonyeshwa kimbele katika utiifu wa Nuhu.

Katika Luka 4, Yesu anazungumza moja kwa moja na adui: "Imeandikwa."

Anafundisha kwamba kila mwamini anaweza kusimama imara kwa kujua, kuamini, na kutangaza Neno la Mungu.

3. Roho Mtakatifu anasema nini?

Anaonya hivi: "Linda mazingira yako na mawazo yako."

Ufisadi ulianza pale wanadamu walipochukua yale yanayopendeza machoni pao badala ya yale yanayompendeza Mungu.

Anahimiza kufanywa upya mara kwa mara kupitia Maandiko na maombi, akikumbusha kwamba majaribu daima yanashambulia utambulisho kwanza—" Ikiwa wewe ni Mwana wa Mungu..."

4. Nabii, mtume, au mwandishi anasema nini kwa maagizo ya Roho?

Musa anafunua kwamba dhambi, baada ya kuvumiliwa, huenea kwa vizazi; utii, ukichaguliwa, huhifadhi ukoo.

Luka anaandika kwamba hata Mwana wa Mungu alikumbana na majaribu, akiwaonyesha waamini kwamba utakatifu unathibitishwa na utii uliojaribiwa, si kujitenga.

5. Ninajifunza nini?

Utakatifu hulinda; maelewano hukaribisha uharibifu.

Neema inaweza kumhifadhi mtu mmoja katika ulimwengu uliopotoka.

Maandiko yanayonenwa kwa imani hunyamazisha uongo wa adui.

Majaribu yanashindwa na ukweli uliopakiwa awali, sio hofu ya dakika ya mwisho.

6. Ninaamriwa au kufundishwa nifanye nini?
Jengeni safina ya utii—nidhamu za kila siku zinazoilinda nafsi yangu.
Hifadhi Neno kabla ya dhoruba.
Pinga kila pendekezo linalotilia shaka wema wa Mungu au wakati wake.
Ishi kwa kumpendeza Roho, si umati.

7. JE, NITUMIEJE?
Tenga ibada ya asubuhi na jioni kama wakati wangu wa "safina".
Kariri mstari mmoja kwa kila jaribu ninalokabiliana nalo mara kwa mara.
Funga milango ya kidijitali na ya kihisia inayojaza akili yangu na uchafu.
Chagua haki hata inaponifanya nisimame peke yangu, kama Nuhu.
8. Ninapaswa kuitumia lini?
Sasa.
Gharika haikungoja Nuhu amalize kupanga; ikabidi aanze kujenga mara moja.
Majaribu huwa hayaratibii miadi—inakuja tukiwa hatujajiandaa.
9. Baada ya kuitumia, matokeo yalikuwa nini?
Amani ilibadilisha hofu.
Maandiko yalikuja kuwa hai wakati wa shinikizo.
Badala ya kujibu, nilijibu kwa "Imeandikwa."
Roho yangu ilikua na nguvu kuliko misukumo yangu.
10. Ushuhuda ni nini?
Utiifu ulijenga safina yangu kabla ya mvua kuanza.
Nilijifunza kwamba mstari mmoja uliamini kuwa una nguvu kuliko hofu elfu.
Kama Nuhu, niligundua kwamba neema bado inawapata wale wanaotembea na Mungu;
kama Yesu, nilithibitisha ya kwamba Neno bado linashinda nyikani.
11. Je, ninaweza kushiriki na nani hii leo?
Muumini mchanga aliyezidiwa na shinikizo la kitamaduni.
Nitawaambia: "Jengeni mapema—msingoje mafuriko, semeni Neno kabla ya dhoruba."
Muhtasari Maarifa

Mwanzo 6 inaonya dhidi ya ufisadi unaokaribisha hukumu.

Luka 4 inafunua tiba—Yesu, Neno lililo hai, akishinda kila jaribu kwa ukweli ulioandikwa.

Ambapo Nuhu alijenga safina ya miti, Yesu alijenga safina ya maneno.

Wote wawili bado wanaokoa leo.

"Majani yakauka , ua lanyauka ; bali neno la Mungu wetu litasimama milele ." — Isaya 40: 8

KUISHI KATIKA NENO — MFANO WA MATUMIZI 3

Kutoka 14 na Matendo 16
(Mfano wa Masomo ya Kila Siku kwa Kutumia Maswali ya Tafakari)

1. MUNGU ANASEMA NINI?

Kutoka 14:

Mungu anasema, "Simameni tuli mwone wokovu Wangu."

Watu wake walipofikia bahari isiyowezekana, alithibitisha kwamba haiwezekani ni hatua ya utukufu Wake.

Anaamuru harakati katika imani— " Songa mbele." Maji hutengana tu wakati utii unaingia.

Matendo 16:

Mungu anasema, "Nisifuni mimi katikati ya usiku."

Paulo na Sila, wakiwa wamepigwa na kufungwa minyororo, waliomba na kuimba mpaka mbingu ikatetemesha dunia.

Milango ilifunguliwa si kwa juhudi bali kwa ibada.

Mungu bado anakaa katika sifa za watu wake.

2. Yesu anasema nini?

Katika Kutoka 14 Yeye ndiye Kapteni asiyeonekana ambaye anasimama kati ya Israeli na adui-nguzo ya wingu na moto.

Katika Matendo 16 Yeye ndiye Mkombozi anayegeuza magereza kuwa mimbari.

Yesu anasema, "Usiogope. Unaponiinua, minyororo huanguka."

3. Roho Mtakatifu anasema nini?

Roho ananong'ona, "Utiifu hufungua bahari; ibada huvunja minyororo."

Ananisihi niache kuchambua nianze kusonga mbele.

Anafundisha kwamba imani na sifa ni lugha ya ushindi.

4. Nabii, mtume, au mwandishi anasema nini kwa maagizo ya Roho?

Musa anarekodi muujiza wa Bahari ya Shamu ili kudhihirisha uwezo wa Mungu juu ya asili na mataifa.

Luka anaandika Matendo 16 kuonyesha kwamba injili haiwezi kufungwa.

Wote wawili wanatangaza kwamba hali zinaweza kuwazunguka waamini, lakini uwepo wa Mungu hutoa ndani.

5. Ninajifunza nini?

Hofu huchelewesha miujiza; utii huwaachilia.

Mungu huwapigania wale wanaosimama kwa uaminifu.

Kusifu kwa uchungu kunamchanganya adui zaidi ya kumzomea.

Kila kikwazo huficha fursa ya ushuhuda.

6. Ninaamriwa au kufundishwa nifanye nini?

Songa mbele hata nisipoiona njia.

Malalamiko ya biashara kwa ajili ya ibada.

Amini wakati wa Mungu—Anagawanya bahari usiku wa manane kwa urahisi kama alfajiri.

Wahimize wengine kuimba wakiwa bado wamefungwa.

7. Je, nitumieje?

Hofu inapoongezeka, acha kueleza na anza kutangaza ahadi ya Mungu.

Anza kila asubuhi kwa wimbo wa kuabudu badala ya kuwa na wasiwasi.

Katika shida, tulia na kuuliza, "Mungu ananiuliza nifanye nini baadaye?"

Weka orodha ya shukrani kama "kitabu changu cha nyimbo" cha kibinafsi.

8. Ninapaswa kuitumia lini?

Mara moja-imani iliyocheleweshwa ni imani kupungua.

Kila dakika ya Bahari Nyekundu na kila seli ya usiku wa manane inahitaji uaminifu wa papo hapo.

9. Baada ya kuitumia, matokeo yalikuwa nini?

Amani ilibadilisha hofu.

Nilianza kuona njia ya Mungu ambapo wakati mmoja niliona shinikizo tu.

Kusifu kupitia machozi kulileta masuluhisho yasiyotarajiwa; kuta nilidhani ya kudumu ilianza kusonga.

10. Ushuhuda ni nini?

Utii ulifungua milango hakuna ufunguo ungeweza kutoshea.

Nilipoabudu katika udhaifu, nilikutana na Mungu wa nguvu.

Kama Israeli, nilitembea juu ya nchi kavu; kama Paul, niliimba njia yangu ya kutoka kifungoni.

Neno lilifanya kazi.

11. Je, ninaweza kushiriki na nani hii leo?

Mtu yeyote amesimama mbele ya bahari isiyowezekana au ameketi kwenye kiini kimya.

Nitawaambia: "Endeleeni kusonga, endeleeni kuimba, Mungu angali anagawanya bahari na kutikisa magereza.

Muhtasari Maarifa

Kutoka 14 inaonyesha kwamba utii huleta ukombozi wa nje.

Matendo 16 inaonyesha kwamba ibada huleta ukombozi wa ndani.

Kwa pamoja wanathibitisha kwamba Mungu anayegawanya maji bado anavunja minyororo.

Uhuru sio kukosekana kwa shida-ni uwepo wa imani iliyojaa moto katikati yake.

"Bwana atawapigania, nanyi mtanyamaza kimya." — Kutoka 14:14

"Kesho ya usiku wa manane Paulo na Sila walikuwa wakisali na kumwimbia Mungu nyimbo." — Matendo 16:25

HITIMISHO

“ Huwafanya watumishi wake kuwa miali ya moto.” — Waebrania 1: 7

Ukombozi sio mwisho wa safari; ni mlango wa kuingia kwenye hatima.

Matamko haya arobaini ya kila siku hayakusudiwa kuishia katika utaratibu—yalikusudiwa kuwasha mtindo wa maisha.

Hujaomba tu kupitia kurasa; umeijenga upya madhabahu ya moyo wako.

Umebadilisha hofu kwa imani, udhaifu kwa ibada, na kuchanganyikiwa kwa ushirika.

Sasa inakuja mtihani wa kweli wa ushindi: matengenezo kupitia urafiki.

Weka moto wako uwakae.

Nidhamu ile ile iliyowasha moto huu itauweka hai.

Lishe kwa Neno kila siku; ilinde kwa utiifu; ieneze kwa upendo na huduma.

Adui uliyekuwa unamuogopa sasa anaogopa nuru uliyobeba.

Wewe si mwathirika wa vita tena; wewe ni chombo cha Mfalme-shujaa.

Roho yule yule aliyemfufua Yesu kutoka kwa wafu sasa anahuisha mwili wako upatikanao na mauti, anajaza akili yako na amani, na kujaa nyumba yako na uwepo Wake.

"Kwa maana zamani ninyi mlikuwa giza, bali sasa mmekuwa nuru katika Bwana; enendeni kama watoto wa nuru." — Waefeso 5: 8

Usiangalie nyuma. Usifungue tena milango ambayo neema imefunga.

Linda ua. Weka taa iliyopunguzwa na kuwaka.

Na majaribu yanapokuja, kumbuka Yesu nyikani—Alijibu kila sauti ya giza kwa “Imeandikwa.”

Acha upanga wako ukae mkali kinywani mwako kila wakati.

Tume yako

1. Kaa katika Neno - Maandiko ni oksijeni yako; pumua kila siku.
2. Kukaa katika Ushirika - Kutengwa kunadhoofisha moto; umoja unazidisha.

3. Kaa katika Shukrani - Shukrani huweka milango ya mbinguni wazi.

4. Kaa kwenye Mgawo - Hukukabidhiwa kukaa; ulitolewa kutumika.

Mungu aliyeanza kazi hii ya utakaso ataikamilisha.

Wewe sasa ni madhabahu iliyo hai—makao Yake, shahidi Wake, mwali Wake.

Inua sauti yako na utangaze kwa imani:

"Bwana, mimi ni Wako—mwili, nafsi, na roho.

Moto Wako usizima kamwe juu ya madhabahu yangu.

Tumia maisha yangu kuwaangazia wengine hadi mataifa yaone utukufu wako."

Amina.

Jinsi ya Kuzaliwa Mara ya Pili na Kuanza Maisha Mapya pamoja na Kristo

Labda umewahi kutembea na Yesu hapo awali, au labda umekutana Naye katika siku hizi 40. Lakini sasa hivi, kuna kitu ndani yako kinasisimka.

Uko tayari kwa zaidi ya dini.

Uko tayari kwa **uhusiano** .

Uko tayari kusema, "Yesu, ninakuhitaji."

Huu ndio ukweli:

"Kwa maana kila mtu amefanya dhambi; sisi sote tunapungukiwa na kipimo cha utukufu wa Mungu; lakini Mungu, kwa neema yake, hutufanya waadilifu mbele zake."

— Warumi 3:23–24 (NLT)

Huwezi kupata wokovu.

Huwezi kujirekebisha. Lakini Yesu tayari amelipa gharama kamili - na anangoja kukukaribisha nyumbani.

Jinsi ya Kuzaliwa Mara ya Pili

Kuzaliwa mara ya pili kunamaanisha kukabidhi maisha yako kwa Yesu - kukubali msamaha wake, kuamini kuwa alikufa na kufufuka tena, na kumpokea kama Bwana na Mwokozi wako.

Ni rahisi. Ina nguvu. Inabadilisha kila kitu.

Omba Hili Kwa Sauti:

"Bwana Yesu, ninaamini Wewe ni Mwana wa Mungu.

Ninaamini ulikufa kwa ajili ya dhambi zangu na ukafufuka tena. Ninakiri kwamba nimefanya dhambi na ninahitaji msamaha wako. Leo, ninatubu na kuziacha njia zangu za zamani. Ninakualika maishani mwangu uwe Bwana na Mwokozi wangu. Unioshe. Unijaze na Roho Wako. Ninatangaza kwamba nimezaliwa mara ya pili, nimesamehewa, na siku yako - nitaishi katika hatua zako. kwa kuniokoa katika jina la Yesu, amina.

1. **Mwambie Mtu** - Shiriki uamuzi wako na mwamini unayemwamini.
2. **Tafuta Kanisa Linalotegemea Biblia** - Jiunge na jumuiya inayofundisha Neno la Mungu na kuliishi. Tembelea huduma za God's Eagle mtandaoni kupitia https://www.otakada.org [1]au https://chat.whatsapp.com/H67spSun32DDTma8TLh0ov
3. **Ubatizwe** - Chukua hatua inayofuata hadharani kutangaza imani yako.
4. **Soma Biblia Kila Siku** - Anza na Injili ya Yohana.
5. **Omba Kila Siku** - Zungumza na Mungu kama rafiki na Baba.
6. **Endelea Kuunganishwa** - Jizungushe na watu wanaohimiza matembezi yako mapya.
7. **Anzisha Mchakato wa uanafunzi ndani ya jumuiya** - Tengeneza uhusiano wa mtu mmoja baada ya mwingine na Yesu Kristo kupitia viungo hivi

Ufuasi wa 1 wa siku 40 - https://www.otakada.org/get-free-40-days-online-discipleship-course-in-a-journey-with-jesus/

40 Uanafunzi 2 - https://www.otakada.org/get-free-40-days-dna-of-discipleship-journey-with-jesus-series-2/

1. https://www.otakada.org

Muda Wangu Wa Wokovu

Tarehe : ____________________________________

Sahihi : ____________________

"Hata imekuwa, mtu akiwa ndani ya Kristo amekuwa kiumbe kipya; ya kale yamepita tazama!

— 2 Wakorintho 5:17

Cheti cha Maisha Mapya katika Kristo

T*amko la Wokovu - Kuzaliwa Mara ya Pili kwa Neema*
Hii inathibitisha hilo

____

(Jina Kamili)

ametangaza hadharani **imani katika Yesu Kristo**

kama Bwana na Mwokozi na amepokea zawadi ya bure ya wokovu kupitia kifo na ufufuo Wake.

"Ukikiri waziwazi ya kuwa Yesu ni Bwana, na kuamini moyoni mwako ya kuwa Mungu alimfufua katika wafu, utaokoka."

— Warumi 10:9 (NLT)

Siku hii, mbingu hufurahi na safari mpya huanza.

Tarehe ya uamuzi : __________________________________

Sahihi : ________________________________

Tamko la Wokovu

"Leo, ninayakabidhi maisha yangu kwa Yesu Kristo.

Ninaamini alikufa kwa ajili ya dhambi zangu na kufufuka tena. Ninampokea kama Bwana na Mwokozi wangu. Nimesamehewa, nimezaliwa mara ya pili, na kufanywa upya. Kuanzia wakati huu kwenda mbele, nitatembea katika hatua zake."

Karibu katika Familia ya Mungu!

Jina lako limeandikwa katika Kitabu cha Uzima cha Mwana-Kondoo.

Hadithi yako ndiyo inaanza - na ni ya milele.

JIUNGANISHE NA HUDUMA ZA MUNGU TAI

- Tovuti: www.otakada.org[1]
- Mfululizo wa Utajiri Zaidi ya Wasiwasi: www.wealthbeyondworryseries.com[2]
- Barua pepe: ambassador@otakada.org

- **Saidia kazi hii:**

Saidia miradi ya ufalme, misheni, na rasilimali za kimataifa bila malipo kupitia utoaji unaoongozwa na agano.

Changanua Msimbo wa QR ili Kutoa

https://tithe.ly/give?c=308311

Ukarimu wako hutusaidia kufikia watu wengi zaidi, kutafsiri nyenzo, kusaidia wamishonari, na kujenga mifumo ya uanafunzi duniani kote. Asante!

Give in the Spirit of Luke 6:38

1. https://www.otakada.org

2. https://www.wealthbeyondworryseries.com

3. JIUNGE NA JUMUIYA Yetu ya Agano la WhatsApp

Pokea masasisho, maudhui ya ibada, na ungana na waumini wenye nia ya agano duniani kote.

Changanua ili Kujiunga

https://chat.whatsapp.com/H67spSun32DDTma8TLh0ov

Kuhusu Waandishi

Zacharias Godseagle

Zacharias Godseagle , ni sauti ya kinabii na mwalimu mwenye shauku ya kuleta Neno la Mungu hai katika mioyo ya waumini. Anajulikana kwa umaizi wake wa kina katika vita vya kiroho, maombi, na ukombozi, ameandika ibada nyingi na miongozo ya kinabii ambayo inahamasisha mabadiliko katika watu binafsi, familia, na mataifa. Maandishi yake yanasisitiza matumizi ya vitendo ya Maandiko kwa ushindi wa kila siku na maendeleo ya ufalme.

Faraja Ladi Ogbe

Faraja Ladi Ogbe ni mwanamke wa maombi, maombezi, na huduma ya vitendo. Amejitolea maisha yake kwa kulea nafsi, kulea waombezi, na kuandaa wanawake na familia kuishi kwa ukamilifu—roho, nafsi, na mwili. Mafundisho yake na utunzaji wake wa kichungaji huonyesha moyo wa huruma, kuwavuta watu katika kumbatio la uponyaji la Kristo na kuwawezesha kugundua hatima yao waliyopewa na Mungu.

Balozi Monday O. Ogbe

Balozi Monday O. Ogbe ni **Mwanakakati wa Kitaifa wa Mabadiliko** , waziri, na mshauri anayeunganisha imani, utawala na mkakati wa usalama. Yeye ndiye mwanzilishi wa **God's Eagle Ministries (GEM)** na amekuwa muhimu katika kutengeneza ramani za kitaifa za uongozi, usalama, na mabadiliko, kwa kutumia kanuni za ufalme. Maandishi yake na mafundisho yake yanawaita waamini kuinuka kama warekebishaji, kujenga upya mataifa kupitia ufahamu, teknolojia, na ushirikiano, huku wakibaki wamekita mizizi katika sala na vita vya kiroho.

Wachapishaji

Kitabu hiki kimechapishwa chini ya chapa ya pamoja ya **Zacharias Godseagle** na **God's Eagle Ministries (GEM)** , huduma iliyojitolea kuutayarisha Mwili wa Kristo kwa zana za ufuasi, ukombozi, na mabadiliko katika mataifa.

VITABU NA RASILIMALI ZINAZOPENDEKEZWA

Imehifadhiwa lakini Imepotea - Kigeuzi kisicho na Wanafunzi - kilitafsiriwa katika lugha 25

Karatasi ya karatasi
https://shop.ingramspark.com/b/084?params=iYNB6S3PLMfREpm0jMM15bMe3BvWlkjcYyLYnHVGAds
Ebook - https://www.amazon.com/SAVED-BUT-LOST-UNDISCIPLED-heartbreak-ebook/dp/B0FVJ29DF7

SIKU 7 ZA VITA NA KUPONA KIROHO - hii ni Sehemu ya 1

Kumfunga Adui, Kurudisha Mishale Mara Saba, na Kurejesha Hatima Yako

https://shop.ingramspark.com/b/084?params=8mPzqUl73Ex7uPyeO7ydyt8EGkkB6u2gX1jZvWU8j1C

Kiungo cha e-book - https://www.amazon.com/DAYS-SPIRITUAL-WARFARE-RECOVERY-Returning-ebook/dp/B0FMPJM5KZ

SIKU 7 ZA VITA NA KUPONA KIROHO - Sehemu ya 2 - Kufunga Ushindi, Kuvunja Uovu wa Kaya, na Kuhifadhi Hatima Yako Iliyorejeshwa.

KARATASI YA KARATASI - https://shop.ingramspark.com/b/084?params=LkpNmGSsApHhWhiSO7bW3wFmcXQKIO4ZEBeSbP5rL1S

Ebook - https://www.amazon.com/DAYS-SPIRITUAL-WARFARE-RECOVERY-Wickedness-ebook/dp/B0FR9YCMY8

KUTOKA GIZA HADI UTAWALA: Siku 40 za Kujitenga na Mshiko Uliofichwa wa Giza

Ibada ya Ulimwenguni ya Uhamasishaji, Ukombozi & Nguvu - Kwa Watu Binafsi, Familia, na Mataifa Tayari Kuwa Huru.

KARATASI YA KARATASI

https://shop.ingramspark.com/b/084?params=aVgp21QfwJxNANkfMxIQ0yejuFCVY12KFr978SRkZUD

Amazon - https://www.amazon.com/DARKNESS-DOMINION-Devotional-Awareness-Deliverance-ebook/dp/B0FLDH2Y67

- *Imetolewa kutoka kwa Nguvu ya Giza* (Karatasi) - Nunua Hapa [1]| Kitabu pepe [2]kwenye Amazon[3]

- **Maoni Maarufu kutoka Marekani:**
  - **Wateja wa Kindle** : "Mkristo Bora zaidi aliyewahi kusoma!" (Nyota 5)

MSIFU YESU KWA USHUHUDA huu. Nimebarikiwa sana na ningependekeza kila mtu asome kitabu hiki... Kwa maana mshahara wa dhambi ni mauti bali karama ya Mungu ni uzima wa milele. Shalom! Shalom!

- **Da Gster** : "Hiki ni kitabu cha kuvutia sana na cha ajabu." (Nyota 5)

Ikiwa yaliyosemwa katika kitabu ni kweli basi tuko nyuma sana kwa yale ambayo adui anaweza kufanya! ... Jambo la lazima kwa yeyote anayetaka kujifunza kuhusu vita vya kiroho.

- **Visa** : "Penda kitabu hiki" (nyota 5)

1. https://shop.ingramspark.com/b/084?params=oeYbAkVTC5ao8PfdVdzwko7wi6IQimgJY2779NaqG4e
2. https://www.amazon.com/Delivered-Power-Darkness-AFRICAN-DELIVERED-ebook/dp/B0CC5MM4MV
3. https://www.amazon.com/Delivered-Power-Darkness-AFRICAN-DELIVERED-ebook/dp/B0CC5MM4MV

Hiki ni kifungua macho... ungamo la kweli... Hivi majuzi nimekuwa nikikitafuta kila mahali ili niinunue. Nimefurahi sana kuipata kutoka Amazon.

- **FrankJM** : "Tofauti kabisa" (nyota 4)

Kitabu hiki kinanikumbusha jinsi vita vya kiroho ni vya kweli. Pia inaleta akilini sababu ya kuvaa "Silaha Kamili za Mungu."

- **JenJen** : "Kila mtu anayetaka kwenda Mbinguni- soma hili!" (Nyota 5)

Kitabu hiki kilibadilisha maisha yangu sana. Pamoja na ushuhuda wa John Ramirez, itakufanya uangalie imani yako kwa njia tofauti. Nimeisoma mara 6!

- *Aliyekuwa Shetani: The James Exchange* (Paperback) - Nunua Hapa [4]| Kitabu pepe [5]kwenye Amazon[6]

4. https://shop.ingramspark.com/b/084?params=I2HNGtbqJRbal8OxU3RMTApQsLLxcUCTC8zUdzDy0W1
5. https://www.amazon.com/JAMESES-Exchange-Testimony-High-Ranking-Encounters-ebook/dp/B0DJP14JLH
6. https://www.amazon.com/JAMESES-Exchange-Testimony-High-Ranking-Encounters-ebook/dp/B0DJP14JLH

- ***USHUHUDA WA ALIYEKUWA SHETANI Mwafrika*** *- Mchungaji JONAS LUKUNTU MPALA* (Paperback) - Nunua Hapa [7]| Kitabu pepe [8]kwenye Amazon[9]

- *Ushujaa Kubwa 14* (Paperback) - Nunua Hapa [10]| Kitabu pepe [11]kwenye Amazon[12]

---

7. https://shop.ingramspark.com/b/084?params=0Aj9Sze4cYoLM5OqWrD20kgknXQQqO5AZYXcWtoMqWN
8. https://www.amazon.com/TESTIMONY-African-EX-SATANIST-Pastor-Jonas-ebook/dp/B0DJDLFKNR
9. https://www.amazon.com/TESTIMONY-African-EX-SATANIST-Pastor-Jonas-ebook/dp/B0DJDLFKNR
10. https://shop.ingramspark.com/b/084?params=772LXinQn9nCWcgq572PDsqPjkTJmpgSqrp88b0qzKb
11. https://www.amazon.com/Greater-Exploits-MYSTERIOUS-Strategies-Countermeasures-ebook/dp/B0CGHYPZ8V
12. https://www.amazon.com/Greater-Exploits-MYSTERIOUS-Strategies-Countermeasures-ebook/dp/B0CGHYPZ8V

- *Out of the Devil's Cauldron* na John Ramirez - Inapatikana kwenye Amazon[13]
- *Alikuja Kuwaweka Wafungwa Huru* na Rebecca Brown - Pata kwenye Amazon[14]

VITABU VINGINE VILIVYOCHAPISHWA na mwandishi - Zaidi ya vichwa 1000

Kupendwa, Kuchaguliwa na Mzima : Safari ya Siku 30 kutoka Kukataliwa hadi **Urejesho** iliyotafsiriwa katika lugha 40 za ulimwengu.

https://www.amazon.com/Loved-Chosen-Whole-Rejection-Restoration-ebook/dp/B0F9VSD8WL

https://shop.ingramspark.com/b/084?params=xga0WR16muFUwCoeMUBHQ6HwYjddLGpugQHb3DVa5hE

13. https://www.amazon.com/Out-Devils-Cauldron-John-Ramirez/dp/0985604306

14. https://www.amazon.com/He-Came-Set-Captives-Free/dp/0883683239

Loved, Chosen
and Whole
A 30-Day Journey
from Rejection to
Restoration

KATIKA HATUA ZAKE - Changamoto ya Siku 40 ya WWJD: Kuishi Kama Yesu Katika Hadithi za Maisha Halisi Ulimwenguni Pote

https://www.amazon.com/His-Steps-Challenge-Real-Life-Stories-ebook/dp/B0FCYTL5MG

https://shop.ingramspark.com/b/084?params=DuNTWS59IbkvSKtGFbCbEFdv3Zg0FaITUEvlK49yLzB

YESU MLANGONI:

Hadithi 40 za Kuvunja Moyo na Onyo la Mwisho la Mbinguni kwa Makanisa ya LEO

https://www.amazon.com/dp/B0FDX31L9F

https://shop.ingramspark.com/b/084?params=TpdA5j8WPvw83glJ12N1B3nf8LQte2a1lIEy32bHcGg

MAISHA YA AGANO: SIKU 40 za Kutembea katika Baraka ya Kumbukumbu la Torati 28.

- https://www.amazon.com/dp/B0FFJCLDB5

Hadithi kutoka kwa Watu Halisi, Utiifu Halisi, na Halisi
https://shop.ingramspark.com/b/084?params=bH3pzfz1zdCOLpbs7tZYJNYgGcYfU32VMz3J3a4e2Qt

MABADILIKO KATIKA LUGHA zaidi ya 20

KUMJUA NA KUMJUA:

Siku 40 za Uponyaji, Kuelewa, na Upendo wa Kudumu

HTTPS://WWW.AMAZON.com/KNOWING-HER-HIM-Healing-Understanding-ebook/dp/B0FGC4V3D9[15]

https://shop.ingramspark.com/b/084?params=vC6KCLoI7Nnum24BVmBtSme9i6k59p3oynaZOY4B9Rd

KAMILISHA, SI KUSHINDANA:

Safari ya Siku 40 ya Kusudi, Umoja na Ushirikiano

15. https://www.amazon.com/KNOWING-HER-HIM-Healing-Understanding-ebook/dp/B0FGC4V3D9

HTTPS://SHOP.INGRAMSPARK.com/b/084?params=5E4v1tHgeTqOOuEtfTYUzZDzLyXLee30cqYo0Ov9941[16]

https://www.amazon.com/COMPLETE-NOT-COMPETE-Journey-Collaboration-ebook/dp/B0FGGL1XSQ/

KANUNI YA AFYA YA KIUNGU - Funguo 40 za Kila Siku za Kuamsha Uponyaji Kupitia Neno la Mungu na Uumbaji Kufungua Nguvu ya Uponyaji ya Mimea, Maombi, na Matendo ya Kinabii.

16. https://shop.ingramspark.com/b/084?params=5E4v1tHgeTqOOuEtfTYUzZDzLyXLee30cqYo0Ov9941

HTTPS://SHOP.INGRAMSPARK.com/b/084?params=xkZMrYcEHnrJDhe1wuHHYixZDViiArCeJ6PbNMTbTux[17]
https://www.amazon.com/dp/B0FHJT42TK

VITABU VINGINE VINAWEZA kupatikana kwenye ukurasa wa mwandishi https://www.amazon.com/stores/Ambassador-Monday-O.-Ogbe/author/B07MSBPFNX

17. https://shop.ingramspark.com/b/084?params=xkZMrYcEHnrJDhe1wuHHYixZDViiArCeJ6PbNMTbTux

www.ingramcontent.com/pod-product-compliance
Lightning Source LLC
LaVergne TN
LVHW060253051026
849517LV00003B/796
* 9 7 9 8 3 4 9 6 2 2 3 2 8 *